चित्रकर्मी

आशिष निनगुरकर

सकाळ प्रकाशन

सकाळ प्रकाशन

Chitrakarmi

@ Ashish Ashok Ningurkar, 2022

चित्रकर्मी

@ आशिष अशोक निनगुरकर २०२२

प्रथम आवृत्ती : ऑक्टोबर २०२२

मुखपृष्ठ व मांडणी : गजानन चनमल
९० ११६६ ८४६१

प्रकाशक : सकाळ मीडिया प्रा. लि.
५९५, बुधवार पेठ, पुणे - ४११००२.

ISBN : 978-93-95139-16-8

संपर्क : ०२०-२४४० ५६७८ / ८८८८८ ४९०५०
sakalprakashan@esakal.com

अर्पणपत्रिका

रसिकांच्या मनावर
उदंड राज्य करणाऱ्या
सर्व महान कलावंतांना माझे

“चित्रकर्मी”

हे पुस्तक सविनय अर्पण....

मनोगत

'चित्रकर्मी' हे वेगवेगळ्या दिग्गज कलावंतांच्या चंदेरी दुनियेतील संघर्ष व कारकिर्दीवर प्रकाश टाकणारे पुस्तक रसिक वाचकांच्या हाती देताना विशेष आनंद होत आहे. त्यात आणखी आनंदाची गोष्ट म्हणजे, माझे हे पाचवे पुस्तक चित्रपटसृष्टीतल्या दिग्गज कलावंतांवर येत आहे. हा आनंद गगनात मावेनासा आहे. अनेक वृत्तपत्रे, मासिके व दिवाळी अंकांत लेखन केल्यानंतर प्रत्येकवेळी लेखनाची वैचारिक जडणघडण होत गेली; त्यातून अनेक गोष्टी शिकायला मिळाल्या. त्यात मुंबईला नोकरी मिळाल्यानंतर विविध फिल्मी मासिकांमध्ये लेखन सुरू केले. आज सिनेक्षेत्रात स्वतः काम करत असताना अनेक कलावंतांना जवळून बघत आहे, अनेकांच्या मुलाखती घेतल्या आहेत. कुठल्याही क्षेत्रात यशस्वी होण्यासाठी प्रचंड मेहनत घ्यावी लागते, याला चित्रपटसृष्टी ही अपवाद नाही. कलाकार म्हणून स्वतःचे नाव सिद्ध करताना अनेक अडचणींना सामोरे जावे लागते. हा प्रवास वाटतो तितका सोपा नसतो. आपल्याला केवळ पडद्यावर दिसणारे दृश्य मोहित करणारे असते; पण त्या पडद्याच्या मागे चाललेली मेहनत आपल्याला तितकीशी माहीत नसते. एक कलावंत जेव्हा घडत असतो, तेव्हा त्यामागचे त्याचे कष्ट, त्याने केलेला त्याग आणि त्याची कलेवरची अतूट अशी श्रध्दा या गोष्टी सगळ्यात जास्त महत्त्वाच्या असतात. यातून सर्वांनाच यश मिळेल की नाही हेदेखील सांगता येणार नाही. या पुस्तकातून रसिकप्रिय असणाऱ्या दिग्गज ३० कलावंतांचा वेध घेण्याचा प्रयत्न केला आहे. या कलावंतांनी स्वतःची एक वेगळी ओळख निर्माण केली आहे; पण दुर्दैवाने आज कुठलाही कलावंत आपल्यात नाही, हे दुःख फार मोठे आहे. तरी त्यांच्या कलेतून, भूमिकांमधून, कलाकृतींमधून व सामाजिक कार्यातून ते जिवंतच आहेत असे वाटते. त्यांचे कार्य अनमोल आहे, ते मांडण्याचा एक प्रामाणिक प्रयत्न मी माझ्या पुस्तकातून केला आहे.

कलाकारांच्या संघर्षमय जीवनावर प्रकाश टाकणारे व माहितीपर

अनेक लेख मी विविध वृत्तपत्रांमध्ये लिहिले आहेत. प्रत्येक कलावंताचा स्वतःचा एक वेगळा प्रवास असतो. प्रत्येक कलाकाराने करियरच्या प्रारंभी संघर्ष केलेला असतो. स्वत:ची कलावंत म्हणून ओळख प्रस्थापित करण्याच्या वाटचालीत अनेक मानापमान, निराशा, अपेक्षाभंग सहन केलेले असतात. कुणाला मोक्याच्या क्षणी संधी मिळते, गुरू लाभतात, मदत मिळते. कितीही प्रस्थापित सेलिब्रिटी कलावंत असल, तरी त्याला 'स्ट्रगल' चुकलेला नसतो. तो कलाकार मात्र त्याचा हा स्ट्रगल विसरू शकत नाही. त्याच्या यशाला, झगमगाटाला भुलणाऱ्या सर्वसामान्यांना मात्र त्यामागची तपश्चर्या, सतत चिकाटीने केलेले प्रयत्न, संघर्ष दिसत नाही. रसिक वाचकांना त्यांच्या लाडक्या दिग्गज कलावंतांचा हा प्रवास समजावा म्हणूनच हे **'चित्रकर्मी'** पुस्तक. कारण सरतेशेवटी 'संघर्ष केल्याशिवाय हर्ष मिळत नाही' आणि रसिकांना आपल्या लाडक्या कलाकाराचा प्रवास कळावा हीच त्यामागची निर्मळ भावना आहे. **'चित्रकर्मी'** या पुस्तकात **दुर्गा खोटे, राजा परांजपे, शरद तळवलकर, गणपत पाटील, डॉ. श्रीराम लागू, रमेश देव, श्रीकांत मोघे, निळू फुले, प्रभाकर पणशीकर, जगदीश खेबुडकर, प्रा. मधुकर तोरडमल, शशिकला, दादा कोंडके, अरुण सरनाईक, किशोर प्रधान, राजशेखर, रवी पटवर्धन, आशालता वाबगावकर, विजू खोटे, जयश्री गडकर, सुमित्रा भावे, इलाही जमादार, कुलदीप पवार, सदाशिव अमरापूरकर, विनय आपटे, लक्ष्मीकांत बेर्डे, विजय चव्हाण, स्मिता पाटील, सतीश तारे आणि राजीव पाटील** या ३० मान्यवर कलावंतांची माहिती बारकाईने वेचण्याचा प्रयत्न केला आहे. त्यांचा मोजका पण महत्त्वपूर्ण प्रवास या पुस्तकात मांडला आहे.

'सकाळ प्रकाशन' द्वारे माझे हे पुस्तक प्रकाशित होत आहे, याचा मला अभिमान आहे. माझ्या **'चित्रकर्मी'** पुस्तकाची संकल्पना उचलून धरणारे व मला लिखाणाला कायमच प्रवृत्त करणारे प्रसिद्ध अभिनेते अनंत जोग, माझे गुरू अशोक व्यवहारे यांचेदेखील मी मनापासून आभार मानतो. माझे हे पुस्तक 'सकाळ प्रकाशन'द्वारे येत आहे, हा विलक्षण योगायोग आहे. कारण माझ्या लेखनाची सुरुवात ही 'सकाळ' वृत्तपत्रापासूनच झाली होती. आता या पुस्तकाच्या निमित्ताने त्यात आणखी भर पडली, त्याबद्दल 'सकाळ प्रकाशन' चे

जेवढे आभार मानावेत तेवढे कमीच. माझ्या या पुस्तकाला ‘सकाळ प्रकाशन’च्या संपूर्ण टीमने अनमोल असे सहकार्य केले, त्याबद्दल मी त्यांचेही मनापासून आभार मानतो. या पुस्तकाला ज्येष्ठ सिनेसमीक्षक व माझे गुरू अशोक उजळंबकर यांची प्रस्तावना लाभली, त्याबद्दल मी त्यांचे मनापासून आभार मानतो. या पुस्तकाची छान रचना-मांडणी व आकर्षक असे मुखपृष्ठ गजानन चनमल यांनी तयार केले, त्यासाठी मी त्यांचेही आभार मानतो. आज माझे हे पाचवे पुस्तक हाती देताना या पुस्तकामागे माझे आई - वडील, भाऊ - वहिनी, पत्नी आणि संपूर्ण कुटुंब यांचाही वाटा तितकाच मोठा आहे. आज मी इतके लिहू शकलो, ते केवळ माझ्या कुटुंबामुळेच. त्यांचा पाठिंबा आहे म्हणूनच मी अजूनही लिहितो आहे. हे पुस्तक आवर्जून वाचा व इतरांना भेट द्या. असेच आपले प्रेम आणि शुभ आशीर्वाद राहू द्या. सिनेमाची आवड सर्वांनाच असते. त्यातील कलाकारदेखील आवडीचे असतात. हे कलाकार तुम्हाला या पुस्तकाच्या निमित्ताने अधिक जवळून समजतील. आजच्या धावपळीच्या जगात पुस्तकांशी मैत्री करणे सर्वात महत्त्वाचे.. कारण त्यामुळे आपल्याला कधीच एकटे वाटणार नाही. पुस्तके आपल्याला खूप काही ज्ञान देत असतात.. त्यामुळे या **‘चित्रकर्मी’** पुस्तकाचा आनंद घ्या आणि इतरांनादेखील द्या... आपल्या प्रतिक्रियांची वाट बघत आहे.. कारण माझ्या प्रवासातील ते सर्वांत महत्त्वाचं काम आहे. कारण...

“चालण्यासाठी वाट असते,
वाटेसाठी चालणं नसतं.
आभाळात उंच भरारी मारणाऱ्याला
स्वतःचं भान नसतं”

आशिष निनगुरकर
(लेखक)

प्रस्तावना

धडपड्या या शब्दाचा समानार्थी शब्द मला विचाराल तर मी म्हणेन आशिष निनगुरकर. एखादे काम अथवा जबाबदारी आशिषवर टाकली की, ते पूर्ण होणारच याची खात्री मला असते. विशेष म्हणजे, सांगितलेल्या कामाचा पूर्वानुभव त्याला नसला तरी ते काम आपल्या धडपड्या वृत्तीने, जिद्दीने आणि चिकाटीने तो पूर्ण करणार म्हणजे करणार. जितका धडपड्या, तितकाच बहुआयामी मुलगा. '३ इडियट्स' या सुप्रसिद्ध सिनेमातील बोमन इराणी हा आपल्या विद्यार्थ्यांना महाविद्यालयात शिकवताना, फळ्यावर लिहिताना दोन्ही हातांनी लिहिताना आपण सर्वांनी पाहिलाय. आशिष एका वेळी मल्टिटास्किंग करताना त्या वीरू सहस्रबुद्धेलासुद्धा मागे टाकेल. चित्रपटविषयक लिखाण ही तर आशिषच्या मल्टिटास्किंगमधील केवळ एक टास्क. कविता लेखन, कथा लेखन, पटकथा लेखन, गीत लेखन, लघुपटांची निर्मिती व दिग्दर्शन, टीव्ही मालिका, तसेच चित्रपटांमधून अभिनय व हे सर्व करत असताना अनेक सामाजिक उपक्रमांत हिरिरीने सहभाग, असा कामाचा धडाका लावणारा आशिष एखाद्या चमत्कारापेक्षा कमी नाही. आशिषचा माझ्याशी परिचय होऊन आणि तो आमच्या 'नवरंग रुपेरी' परिवारात सामील होऊन आता एक दशकाहून अधिक कालावधी लोटला आहे. या काळात एखादी जबाबदारी आशिषवर टाकली की मी निर्धास्त असे. मग आमच्या नवरंग रुपेरी दिवाळी अंकासाठी कलाकारांच्या मुलाखती घेणे असो, परिसंवाद असोत वा अगदी दिवाळी अंकाचे मुंबईत वितरण असो; आशिषला कुठलेही काम सांगा तो ते काम व्यवस्थितरीत्या पूर्ण करणार म्हणजे करणार. आशिषच्या चित्रपट क्षेत्रातील आतापर्यंतच्या प्रवासाचा मी एक साक्षीदार आहे. शून्यातून जग निर्माण करतोय हा मुलगा. अहमदनगर जिल्ह्यातील, राहुरी तालुक्यातील वांबोरीसारख्या लहानशा गावातून मोठ्या जिद्दीने त्याने हा सर्व प्रवास सुरू केला. नगर शहरातून पदवी घेतल्यानंतर पत्रकारितेचे शिक्षण घेण्यासाठी

म्हणून मुंबईत येऊन धडकला. जिथे या मायानगरीत टिकून राहणे ही अवघड असते, अशा ठिकाणी आज आशिष स्वतःची वेगळी ओळख निर्माण करण्यातही यशस्वी होत असल्याचे पाहून मला मनापासून आनंद होतो आहे. २००५ पासून दैनिक सकाळच्या युवा सकाळपासून आशिषने आपला लेखनप्रवास सुरू केला आणि आज त्याच सकाळ प्रकाशनातर्फे आशिषचे 'चित्रकर्मी' हे पुस्तक प्रकाशित होत आहे यातच सगळं काही आलं, असं मला वाटतं. महाराष्ट्रातील बहुतांश आघाडीच्या दैनिकांमधून आशिषने विपुल लिखाण केले आहे. २०२१ मध्ये तर त्याने तब्बल ५२ दिवाळी अंकांमधून स्वतःची लेखणी चालवली आहे. लिखाणासोबतच कविमनाच्या आशिषचे आत्तापर्यंत ३ कवितासंग्रह प्रकाशित झाले आहेत. मराठी चित्रपटसृष्टीतील कलाकारांवर, तेही काहीशा दुर्लक्षित झालेल्या अभिनेत्यांवर सहसा कुणी लिखाण करताना दिसत नाही. पण जिथे कमी तिथे आम्ही, हे आशिषचे धोरण. 'स्ट्रगलर' हे या विषयावरील त्याचे पुस्तक हे त्याचेच उदाहरण. आता तो 'चित्रकर्मी' हे पुस्तक वाचकांसमोर घेऊन आला आहे. यातही आशिषने मराठी चित्रपटसृष्टीतील कलाकारांनाच समोर ठेवून लिखाण केले आहे. यात मराठीतील ३० दिग्गज कलावंतांच्या कारकीर्दीचा आढावा त्याने घेतला आहे. या ३० कलाकारांपैकी आज कुणीही हयात नाही. आशिषच्या लिखाणात मला नेहमीच एक प्रामाणिकता दिसून आली आहे. कलाकारांवर उगाच खोटी स्तुतिसुमने उधळून 'आपना उल्लू सिधा' करणारी ही मायावी दुनिया मी खूप जवळून पाहिली आहे. माझा प्रिय शिष्य आशिष त्यातला नाही याचा मला आनंद आणि अभिमान आहे. आशिषला मिळालेले विविध पुरस्कार आणि सन्मानसुद्धा याच प्रामाणिकतेचे प्रतीक आहेत. रसिक वाचकांना त्याच्या या प्रामाणिक लिखाणाचा अनुभव परत एकवार या चित्रकर्मी पुस्तकाच्या माध्यमातून आल्याशिवाय राहणार नाही, याची मला खात्री आहे. धडपड्या आशिषला 'चित्रकर्मी'साठी आणि पुढील वाटचालीसाठी अनेक आशीर्वाद आणि शुभेच्छा.

अशोक उजळंबकर

(ज्येष्ठ सिनेसमीक्षक)

अनुक्रमणिका

सुंदर हसतमुख अभिनेत्री...

हिंदी आणि मराठी चित्रपटांत आपल्या ठसठशीत अभिनयाने रजत पडदा गाजवून अनन्यसाधारण स्थान निर्माण करणाऱ्या दिग्गज अभिनेत्री म्हणजेच दुर्गा खोटे.........

दुर्गा खोटे

जन्म - १४/०१/१९०५
मृत्यू - २२/०९/१९९१

या अभिनेत्री चित्रपट क्षेत्रात आल्या, तो काळ स्टुडिओ सिस्टीमचा होता. त्या काळात कलाकारांना व तंत्रज्ञानाला महत्त्व नव्हतं. चित्रपटाचा गौरव आणि बोलबाला व्हायचा तो ज्या फिल्म कंपनीने तो निर्मिला त्या कंपनीचाच. कारण सारे कलाकार, तंत्रज्ञ चित्रपट कंपन्यांमध्ये पगारदार नोकर असत. ही पद्धत सर्वप्रथम मोडून काढली ती या अभिनेत्रीने. त्यांनी १९३३ मध्ये देवकी बोस यांच्या दिग्दर्शनाखाली 'राजरानी मीरा' या चित्रपटामध्ये कोलकाता येथे काम केलं व त्यानंतर १९३४ मध्ये 'सीता', १९३५ मध्ये 'जीवन नाटक' या दोन चित्रपटांत नायिकांच्या भूमिका करून त्यांनी केवळ बंगालमध्येच नव्हे, तर साऱ्या भारतभर लोकप्रियता मिळवली. त्यांची लोकप्रियता इतकी प्रचंड होती की, प्रभात फिल्म कंपनीने या अभिनेत्रीला पुनश्च 'अमरज्योती' या हिंदी

चित्रपटात काम करण्यासाठी मुद्दाम बोलावून घेतलं. स्त्रियांवर झालेले अत्याचार तेवढ्याच तडफदारपणे परतवून लावून पुरुषांना आपल्या कह्यात ठेवणारी तेजस्विनी त्यांनी 'अमरज्योती'मध्ये अत्यंत परिणामकारकरीत्या उभी केली होती. यात त्यांच्या असामान्य अभिनयाचं आगळंवेगळं दर्शन घडलं. या चित्रपटामुळे या अभिनेत्रीचा लौकिक आणखीच वाढला. तरीही प्रभातमध्ये न राहता त्यांनी इतरत्र काम करणं अधिक पसंत केलं. त्यामुळेच १९३७ मध्ये प्रदर्शित झालेल्या शालिनी सिनेटोनच्या कलामहर्षी बाबूराव पेंटर दिग्दर्शित 'प्रतिभा' या हिंदी-मराठी चित्रपटात त्यांनी पुन्हा एकदा आपलं अभिनयसामर्थ्य दाखवून दिलं. अशारीतीने हिंदी आणि मराठी चित्रपटांत आपल्या ठसठशीत अभिनयाने रजत पडदा गाजवून अनन्यसाधारण स्थान निर्माण करणाऱ्या दिग्गज अभिनेत्री म्हणजेच दुर्गा खोटे.....

मराठी रंगभूमीवरील आणि चित्रपटसृष्टीतील श्रेष्ठ अभिनेत्री दुर्गा खोटे ह्यांचा १४ जानेवारी १९०५ रोजी मुंबई इथे जन्म झाला. त्यांचे वडील पांडुरंग लाड हे व्यवसायाने बॅरिस्टर होते. त्यांच्या आईचं नाव मंजुळाबाई. त्यांचं पाळण्यातील नाव होतं विठा. लहानपणी त्यांना कौतुकाने बेबी या नावाने संबोधत असत, नंतर त्यांना सर्व जण बानू म्हणू लागले. दुर्गाबाईंचं शालेय शिक्षण कॅथिड्रल हायस्कूलमध्ये झालं. त्यांना शालेय वयापासून अभिनयात रस होता. पुढील शिक्षणाकरिता त्यांनी सेंट झेवियर्स महाविद्यालयामध्ये प्रवेश घेतला. १९२३ मध्ये विश्वनाथ खोटे यांच्याशी त्यांचा विवाह झाला व लग्नानंतर त्यांचं नाव दुर्गा खोटे असं झालं. मात्र, त्याचवेळी विवाह झाल्याने त्या ते शिक्षण पूर्ण करू शकल्या नाहीत. त्यांचं मराठी, हिंदी, इंग्रजी आणि उर्दू या भाषांवर प्रभुत्व होतं. विवाहानंतर काही कालावधीत दुर्गाबाईंनी घरच्या बिकट आर्थिक परिस्थितीमुळे चित्रपटांत काम करण्याचा निर्णय घेतला. मोहन भवनानींच्या 'फरेबी जाल' या मूक चित्रपटात त्यांना पहिल्यांदा छोटीशी भूमिका मिळाली. या चित्रपटातील काही भाग बोलका होता, पण हा चित्रपट चालला नाही. त्या वेळी चित्रपटांमध्ये सहसा स्त्रिया काम करीत नसत. अशावेळी एका कुलीन घरातल्या स्त्रीने चित्रपटामध्ये काम केल्यामुळे त्यांना समाजातील काही

लोकांची टीकाही सहन करावी लागली. पुढे प्रभात फिल्म कंपनीच्या व्ही. शांताराम दिग्दर्शित 'अयोध्येचा राजा' या पहिल्याच बोलपटात त्यांना तारामतीची भूमिका मिळाली. हा चित्रपट मराठी आणि हिंदी या दोनही भाषांमध्ये प्रदर्शित झाला. या चित्रपटांतील गाणी त्यांनी स्वत: गायली होती. त्यांनी गायिलेली 'बाळा का झोप येईना', 'आनंद दे अजि सुमन लीला', 'बाळ रवि गेला' ही गाणी त्या वेळी अतिशय लोकप्रिय झाली. पुढच्या 'मायामच्छिंद्र' या चित्रपटात त्यांनी एका योद्धा स्त्रीची भूमिका केली. हे दोनही चित्रपट खूप गाजले. या चित्रपटांमुळे दुर्गाबाईंना प्रसिद्धी मिळाली.

वाढती लोकप्रियता आणि धोरणी तसंच संवेदनशील दिग्दर्शक व्ही. शांताराम, देवकी बोस यांच्या दिग्दर्शनाचा सहवास लाभल्यामुळे दुर्गा खोटे

यांनी आत्मविश्वासाने चित्रपट निर्मितीच्या क्षेत्रात पाऊल टाकण्याचं ठरवलं. 'नटराज फिल्म' या नावाची चित्रपट संस्था स्थापन करून 'सवंगडी' (मराठी) व त्याची हिंदी आवृत्ती 'साथी' हा चित्रपट काढायला घेतला. त्यासाठी दादा साळवी, मुबारक, नायमपल्ली यांच्यासारखे ज्येष्ठ कलाकार निवडले. दिग्दर्शनासाठी पार्श्वनाथ अळतेकर या ज्येष्ठ दिग्दर्शकाची निवड केली. निष्णात संगीतकार गोविंदराव टेंबे यांच्याकडे संगीताचा कार्यभार सोपवला. नायिकेची भूमिका दुर्गाबाई स्वतःच करणार होत्या. सर्व गोष्टी योग्यरीत्या जमून आल्या होत्या; पण दुर्गाबाईंनी चित्रपटातील नायकाची भूमिका अनुभवी कलाकाराला न देता अप्पा पेंडसे नावाच्या पत्रकाराला दिली. त्यांना अभिनयाचा बिलकुल सराव नव्हता, त्यामुळे १९३८ मध्ये हा चित्रपट प्रदर्शित झाला आणि त्याला प्रेक्षकांची पसंतीची पावती

न मिळाल्याने 'साथी' व 'सवंगडी' हे दोन्हीही चित्रपट पडले. यामुळे दुर्गाबाईंना खूप कर्ज झालं व त्यांनी चित्रपटनिर्मिती बंद करून पुन्हा एकदा केवळ अभिनयावर लक्ष केंद्रित केलं.

या काळातल्या सिर्को प्रॉडक्शनचा 'गीता', प्रकाश पिक्चर्सचे 'नरसी भगत' व 'भरतभेट', पांचोली आर्ट्स (लाहोर)चे 'खानदान' व 'जमीनदार', सोहराब मोदी यांच्या मिनर्व्हा मूव्हीटोन निर्मित 'पृथ्वीवल्लभ', भालजी पेंढारकर दिग्दर्शित 'महारथी कर्ण', के. असीफ यांचा पहिला चित्रपट 'फूल' वगैरे चित्रपटांतल्या त्यांच्या अभिनयाने प्रेक्षक भारावून गेले. १९४१ मध्ये अत्रे पिक्चर्सचा 'पायाची दासी' व त्याची हिंदी आवृत्ती 'चरणोंकी दासी' प्रदर्शित झाले. नायिका म्हणून लोकप्रियतेच्या शिखरावर असूनही दुर्गाबाईंनी या चित्रपटांत आखाडसासूची भूमिका अत्यंत ठसकेबाजपणे केली होती. या चित्रपटातील त्यांच्या भूमिकेचं प्रेक्षकांनी स्वागत केलं खरे; पण या चित्रपटामुळेच त्यांच्यावर 'चरित्र अभिनेत्री' असा शिक्का बसला व त्यानंतर त्यांना नायिकेच्या भूमिका मिळणंच बंद झालं. तरीही दुर्गाबाईंनी बदलत्या काळात चरित्र अभिनेत्रीच्या अनेक भूमिका आपल्या जिवंत अभिनयाने सजीव केल्या. त्यामध्ये प्रभात फिल्म कंपनीचा 'हम एक हैं', नर्गिस आर्ट कंपनीचा 'अंजुमन', 'मायाबाजार', 'सीता स्वयंवर', 'मगरूर', 'आराम', 'हमलोग', 'चाचा चौधरी', 'शिकस्त', 'परिवार', 'भाभी', 'मुसाफिर', 'परख', 'अनुपमा', 'देवर', 'दादी माँ' अशा अनेक चित्रपटांचा उल्लेख करता येईल. १९६० मध्ये प्रदर्शित झालेल्या 'मुगल-ए-आझम' या चित्रपटातील महाराणी जोधाबाईच्या भूमिकेने त्यांनी प्रेक्षकांचं लक्ष चांगलंच वेधून घेतलं होतं.

उत्कृष्ट अभिनयाच्या कसोटीला उतरणाऱ्या अनेक भूमिका दुर्गाबाईंनी सादर केल्या. 'बेंगॉल फिल्म जर्नालिस्ट' असोसिएशनतर्फे त्यांना 'पायाची दासी', प्रकाश पिक्चर्सचा 'भरत मिलाप' या चित्रपटांतील भूमिकांबद्दल पारितोषिक देऊन गौरवलं होतं. तसंच १९७० मध्ये महाराष्ट्र राज्य चित्रपट पारितोषिक समारंभात सर्वोत्कृष्ट साहाय्यक अभिनेत्री म्हणून 'धरतीची लेकरं' या चित्रपटासाठी सन्मानित केलं होतं. दुर्गा खोटे यांनी काही मोजक्या

भूमिकांनी मराठी रंगमंचही गाजवला. नटवर्य नानासाहेब फाटक यांच्याबरोबर त्यांनी शेक्सपिअरच्या मॅकबेथ या जगप्रसिद्ध नाटकाचा मराठी अवतार 'राजमुकुट'मध्ये काम केलं होतं. त्याची खूपच प्रशंसा झाली. 'मुंबई मराठी नाट्यसंघ' आणि 'इप्टा' या अग्रगण्य नाट्यसंस्थांशी त्यांचे घनिष्ठ संबंध होते. १९५८ मध्ये दुर्गा खोटे यांना संगीत नाटक अकादमीने अॅवॉर्ड देऊन गौरवलं होतं, तर १९६८ मध्ये भारत सरकारने त्यांना पद्मश्री देऊन सन्मानित केलं . दुर्गा खोटे यांनी 'आर्ट फिल्म' आणि 'दुर्गा खोटे प्रॉडक्शन' या दोन संस्था स्थापन करून त्याद्वारे त्यांनी शेकडो लघुपट, माहितीपट व जाहिरातपट सादर केले.

त्यातले काही कृष्ण धवल होते, तर काही सप्तरंगात. १९८८ मध्ये त्यांनी 'वागळे की दुनिया' ही दूरदर्शन मालिकाही तयार केली व ती खूप लोकप्रिय झाली. दुर्गाबाईंचं वैयक्तिक आयुष्य फारसं सुखावह नव्हतं. त्यांनी दोन विवाह केले. पहिलं लग्नायुष्य फारच अल्पकाळ टिकलं. दुसरं तर प्रेमलग्नच होतं, त्यासाठी त्यांनी मुसलमान धर्मही स्वीकारला आणि आपलं नावही बदललं; पण चित्रपटक्षेत्रात मात्र त्यांनी दुर्गा खोटे हेच आपलं नाव कायम ठेवलं. दुर्गा खोटे यांनी १९८९ मध्ये लिहिलेल्या 'मी-दुर्गा खोटे' या आत्मचरित्रात त्यांनी आपल्या वैयक्तिक आणि व्यावसायिक जीवनाचा अत्यंत कुशलतेने परिपूर्ण आढावा घेतला आहे. त्यांचं आत्मचरित्र आणि त्यांनी अभिनय केलेले काही चित्रपट अजूनही दुर्गा खोटे यांच्या कलापूर्ण जीवनाची ओळख करून देतात. गीता, विदुर, जशास तसे, मोरूची मावशी, सीता स्वयंवर, मायाबाजार यांसारख्या मराठी चित्रपटांतूनही त्यांनी भूमिका साकारल्या. दोनशेहून अधिक चित्रपटांत त्यांनी नायिकेच्या व चरित्र

अभिनेत्रीच्या भूमिका केल्या. मुगल-ए-आझम, नरसीभगत, बावर्ची, खिलौना, बॉबी या हिंदी चित्रपटांमध्ये त्यांनी केलेल्या चरित्र भूमिका खूप गाजल्या.

दुर्गाबाईंचा मराठी रंगभूमीशीही निकटचा संबंध होता. बेचाळीसचं आंदोलन, कीचकवध, भाऊबंदकी, शोभेचा पंखा, वैजयंती, खडाष्टक, पतंगाची दोरी, कौंतेय, संशयकल्लोळ इ. नाटकांतून त्यांनी भूमिका केल्या; तर वैजयंती, कौंतेय, पतंगाची दोरी, द्रौपदी इ. नाटकांचं दिग्दर्शनही त्यांनी केलं होतं. अखिल भारतीय नाट्यस्पर्धेत भाऊबंदकी हे नाटक सर्व भाषांतील नाटकांत सर्वोत्तम ठरलं होतं. दुर्गाबाईंनी त्यात आनंदीबाईंची प्रभावी भूमिका केली होती. मराठी साहित्य संघाच्या अनेक नाटकांतून त्यांनी काम केलं. दुर्गाबाईंची चित्रपटातील व नाट्यसृष्टीतील कामगिरी लक्षात घेऊन संगीत नाटक अकादमीने १९५८ मध्ये त्यांचा उत्कृष्ट अभिनेत्री म्हणून गौरव केला. दिल्लीमध्ये भरलेल्या नाट्यसंमेलनाचं अध्यक्षपदही त्यांनी भूषविलं होतं. मराठी नाट्यपरिषदेतर्फे विष्णुदास भावे सन्मानपदक त्यांना देण्यात आलं होतं. अलाहाबाद येथील महाराष्ट्र मित्र मंडळ व साहित्य संमेलन या मान्यवर संस्थांच्या विद्यमाने त्यांचा ३१ जानेवारी १९७० रोजी भव्य सत्कार झाला होता. १९७४ च्या 'बिदाई' चित्रपटातील भूमिकेबद्दल सर्वोत्तम साहाय्यक अभिनेत्री म्हणून त्यांना फिल्मफेअर पुरस्कार देण्यात आला. १९३१ मध्ये सुरू झालेला त्यांचा चित्रपटप्रवास अनेक दशकं प्रेक्षकांना सुखावत राहिला. ह्या क्षेत्रात त्यांनी दिलेल्या योगदानाबद्दल १९८३ मध्ये त्यांना 'दादासाहेब फाळके' पुरस्कारानेही सन्मानित करण्यात आलं. ह्या अप्रतिम अभिनेत्रीने २२ सप्टेंबर १९९१ रोजी जगाचा निरोप घेतला. पण त्यांनी आपल्या विलोभनीय अभिनयाने गाजवलेल्या नाटक आणि चित्रपटांमुळे त्या अजूनही रसिकांच्या हृदयात मानाच्या स्थानावर विराजमान आहेत. आपल्या नाट्य-चित्रपटसृष्टीच्या प्रवासात महिला कलाकारांना मानाचा दर्जा प्राप्त करून देणाऱ्या ह्या सुंदर, हसतमुख अभिनेत्रीला मानाचा मुजरा.....

◆◆◆

दिग्दर्शनातील 'राजा'माणूस.....

व्यक्तिगत आणि सामाजिक मूल्यं हे चित्रपटातील बलस्थान जपणारे अभिनेते-दिग्दर्शक म्हणजेच राजा परांजपे....

राजा परांजपे

जन्म - २४/०४/१९१०

मृत्यू - ०९/०२/१९७९

शाळेच्या वार्षिक स्नेहसंमेलनात बसवलेल्या माधवराव जोशी यांच्या 'विश्ववैचित्र्य' नाटकात एका कलावंताने एक विनोदी भूमिका केली आणि प्रेक्षकांची वाहवा मिळवली. तारुण्यात आले, तो मूकपटांचा काळ होता. अशा मूकपटांना पार्श्वसंगीत देण्याच्या इराद्याने या कलावंताने चित्रपटगृहामध्ये प्रवेश मिळवला आणि तेथून या माध्यमाशी त्यांचा संबंध जुळून आला. पडद्यावरील उत्तमोत्तम चित्रपटांतील पात्रे प्रत्यक्षात पाहून ते भारावून जात आणि त्यातून त्यांची अभिनयाची आवड अधिकच वाढत गेली. या काळात त्यांनी एस. व्ही. वर्तक यांच्या 'लपंडाव' नाटकात 'वाटाणे' नावाचं विनोदी पात्र रंगवलं. यानंतर जोमाने पुढे येणाऱ्या मराठी चित्रपटसृष्टीकडे ते आकर्षित झाले आणि त्यांनी बाबूराव पेंटर यांच्या 'सावकारी पाश'मध्ये पहिली भूमिका केली. या यशस्वी पदार्पणानंतर या कलाकाराने पेंटर यांच्याच 'प्रतिभा'मध्ये चकण्या मंडूकचं काम केलं. यामध्ये केशवराव दाते आणि दुर्गा खोटे यांच्याही भूमिका होत्या.

भालजी पेंढारकरांच्या 'गोरखनाथ'मधील यांचा विनोदी भोलेनाथ चांगलाच गाजला. यामध्ये त्यांनी दोन गाणीही गायली. अशा प्रकारे, चित्रपटसृष्टीशी जवळीक साधलेली असताना त्यांना चित्रनिर्मितीच्या विविध बाबी समजून घेण्याची जिज्ञासा निर्माण झाली नसती तरच नवल होतं. म्हणून त्यांनी भालजी पेंढारकर आणि मास्टर विनायक, तसंच 'नजम नक्वी', 'शोरी', 'वेदी' या हिंदी चित्रपट दिग्दर्शकांना साहाय्य केले. जवळपास चाळीस वर्षांची चित्रसंपदा; अभिनेता, दिग्दर्शक, निर्माता, लेखक तसंच क्वचित प्रसंगी गायक - अशा विविध क्षेत्रांत ऐंशी मराठी आणि हिंदी चित्रपटांशी आलेला संबंध, अशी बहारदार कारकीर्द असलेले अभिनेते- दिग्दर्शक म्हणजेच राजा परांजपे....

राजा परांजपे यांचा जन्म २४ एप्रिल १९१० रोजी झाला. राजा परांजपे यांचा चित्रपटसृष्टीत प्रवेश झाला तो मात्र नट वा सहायक दिग्दर्शक म्हणून नव्हे, तर संगीत विभागात 'ऑर्गनवादक' म्हणून! राजाभाऊंना लहानपणापासून संगीताचं वेड होतं. हा वारसा त्यांना त्यांच्या आईकडून लाभला. विद्यार्थिदशेतच 'भारत गायन समाजा'च्या कै. बापूराव केतकरांनी त्यांच्या संगीतवेडाला चांगलं वळण दिलं. नवनवे नाट्यप्रयोग आणि सिनेमा बघण्याचं वेड त्यांना लागलं. पण रोज रोज नाटक-सिनेमा पाहायचं म्हटलं तर पैशांची चणचण त्यांना भासू लागली. पण त्यासाठी त्यांच्या संगीतवेडातूनच त्यांना एक नवीन मार्ग सापडला. राजा परांजपे यांची अभिनयातील समज पाहून तिथंच त्यांना 'लपंडाव' या नाटकात अचानक संधी मिळाली. या नाटकातील एक कलाकार अचानक नाटक सोडून गेला. दात्ये यांनी त्याच्या जागी राजा परांजपे यांना संधी दिली, त्या संधीचं त्यांनी चीज केलं. पुढे केशवराव दात्ये यांनीच त्यांना 'सावकारी पाश' या चित्रपटातील भूमिका मिळवून दिली. त्यानंतर ते भालजी पेंढाकर यांच्याकडे सहायक दिग्दर्शक म्हणून काम करू लागले. भालजींच्याच काही चित्रपटांत त्यांनी अभिनयही केला. 'सावकारी पाश'मधील भूमिकेनंतर ते छोटी-मोठी कामं करत होते; पण खऱ्या अर्थाने ते दिग्दर्शक झाले ते १९४८ मध्ये 'बलिदान'च्या माध्यमातून.

मराठी चित्रपटांच्या सुवर्णकाळातील सर्वांत यशस्वी त्रयी म्हणजे

राजा परांजपे, सुधीर फडके आणि ग. दि. माडगूळकर होय. ग. दि. माडगूळकर यांच्या पटकथेवर राजाभाऊ आपल्या दिग्दर्शनकौशल्याचा असा काही प्रभाव पाडत, की तो चित्रपट वेगळाच होऊन जाई. शब्दप्रभू माडगूळकरांनी राजा परांजपे यांना परिसाची उपमा दिली होती. 'तुमच्या पटकथेवर इतरांना राजा परांजपेच्या इतके यश का नाही मिळवता आलं?', असं त्यांना एकदा विचारलं असता गदिमा म्हणाले, " राजाभाऊ हे परिसासारखे आहेत, त्यामुळे त्यांच्यासारखी किमया इतरांना कशी जमेल?" राजा परांजपे यांनी केवळ मराठी चित्रपटांचंच दिग्दर्शन केलं असं नाही, तर त्यांनी दिग्दर्शित केलेल्या चार हिंदी चित्रपटांनाही चांगलं यश मिळालं. त्यातील 'दो कलियाँ' हा चित्रपट तर प्रचंड यशस्वी ठरला होता. आज आपण अनेक दिग्दर्शकांच्या वैविध्यपूर्ण शैलींबद्दल बोलत असतो; पण कोणताही गाजावाजा न करता राजाभाऊ वेगवेगळ्या प्रकृतीचे चित्रपट त्याकाळात दिग्दर्शित करत होते आणि यश मिळवत होते. 'पुढचं पाऊल', 'ऊन पाऊस', 'देवघर' यांसारखे कलात्मक चित्रपट राजा परांजपे यांनी यशस्वी करून दाखवले होते.

राजा परांजपे यांनी दिग्दर्शन केलं आणि ज्यामध्ये त्यांनी स्वतः काम केलं अशा 'हा माझा मार्ग एकला' या चित्रपटाची सगळीकडेच वाहवा झाली, त्याचबरोबर या चित्रपटाला राष्ट्रपतींचं सुवर्णपदकही मिळालं होतं. अर्थात, हा बहुमान त्यांना दोनदा मिळाला होता. 'पाठलाग' या रहस्यप्रधान चित्रपटालाही राष्ट्रपतींचा पुरस्कार मिळाला होता. हा चित्रपट मराठी चित्रपटसृष्टीत मैलाचा दगड मानला जातो. त्याचबरोबर या चित्रपटाचं यश पाहून हिंदीमध्येही त्याचा रीमेक केला गेला. 'मेरा साया' नावाने हा चित्रपट हिंदीत आला. नाटकात उत्तम भूमिका करून प्रसिद्ध झालेल्या राजा परांजपे यांचा अभिनेता म्हणून रसिकांच्या मनावर ठसा उमटला होता, तरी दिग्दर्शन हाच त्यांच्यासाठी सर्वांत यशाचा भाग ठरला. भूमिका कोणतीही असो, मग ती विनोदी असो किंवा कौटुंबिक अथवा कारुण्यमयी, राजाभाऊ त्या भूमिकेला आपला रंग देत असत. हेच कौशल्य त्यांनी चित्रपट दिग्दर्शित करताना ठेवलं, त्यामुळे एकाच वेळी भिन्न प्रकृतीच्या चित्रपटांचं दिग्दर्शन करूनही त्यांनी त्यामध्ये लक्षणीय यश

मिळवलं. व्ही. शांताराम यांनी त्यांची तुलना करताना त्यांना सत्यजित रे यांच्यापेक्षा अधिक गुण दिले होते. कोणत्याही चित्रपटाचं दिग्दर्शन करत असताना ते त्या चित्रपटाचेच होऊन जात असत, त्या वेळी दुसरा विचारच त्यांना सुचत नसे.

स्वातंत्र्योत्तर काळातील मराठी चित्रसृष्टीचे शिल्पकार म्हणून विख्यात चित्रकर्ते राजाराम दत्तात्रेय परांजपे यांचा नेहमीच उल्लेख करण्यात आला आहे. कारकीर्दीच्या सुरुवातीच्या काळात लहानसहान भूमिका करीत राजाभाऊंनी स्वातंत्र्यानंतरच्या काळामध्ये एक महत्त्वाचा चित्रकर्ता म्हणून मान्यता मिळवली. या काळामध्ये राजा परांजपे यांनी मराठी चित्रपटांना आवश्यक असलेलं नावीन्य तर दिलंच, पण त्याचबरोबर विषय आणि सादरीकरण या तही ताजेपणा आणला. रेखीव पात्ररचना आणि कल्पनापूर्ण दिग्दर्शन यांनी त्यांचे चित्रपट समृद्ध असत.

राजाभाऊंना मास्टर विनायकांच्या विनोदपटांची परंपरा पुढे चालविल्याचं श्रेय दिलं जातं. पण परांजपे यांचा विनोद हा चार्ली चॅप्लीनच्या शैलीशी अधिक मिळताजुळता आहे. रहस्य, उपहास, मनोविश्लेषण अशा अनेक कथाविषयांवर त्यांनी चित्रपट केले आणि त्यांपैकी काही तर मराठीमध्ये प्रथमच निर्माण झाले होते. आपल्या चित्रपटांबद्दल कमीत कमी व्यावसायिक दृष्टिकोन असलेल्या मोजक्या भारतीय चित्रकर्त्यांपैकी ते एक होत. कामुक, हिंसक आणि अश्लील दृश्यं दाखवून प्रेक्षकांची मनं चाळवण्यापेक्षा विनोद, उपहास, कल्पनारम्यता, तसंच मौज यांतून त्यांचं मृदू मनोरंजन करणं त्यांनी पसंत केलं.

राजा परांजपे यांना 'बलिदान' (१९४७) या पहिल्यावहिल्या चित्रपटाच्या दिग्दर्शनाची संधी मिळाली. यानंतर पुढच्याच वर्षी आलेल्या 'जिवाचा सखा'ने एका बाजूला रौप्यमहोत्सव साजरा केला, तर दुसऱ्या बाजूला राजा परांजपे, ग. दि. माडगूळकर आणि सुधीर फडके यांना एकत्र आणलं. या त्रिकुटाने नंतरच्या काळात अनेक महत्त्वाचे चित्रपट दिले. 'पुढचं पाऊल' (१९५०) चित्रपटाने परांजपे यांच्या कारकिर्दीची पुढची दिशा ठरवली. यामध्ये गदिमा आणि पु. ल. देशपांडे यांनी भूमिका केल्या होत्या; पण त्याहीपेक्षा

लोकांच्या लक्षात राहिला तो परांजपे यांनी रंगवलेला कोकणी सुहृद चिपळूणकर. यानंतरचा काळ म्हणजे, राजाभाऊंच्या उत्तुंग प्रतिभेचं आणि प्रतिमेचं दर्शन घडवणारा ठरला. 'पेडगावचे शहाणे' (१९५२) मध्ये त्यांनी एकाच घरात राहून वेगवेगळ्या जीवनशैलींमुळे कुटुंबप्रमुखाला जेरीस आणणारी पात्रं

सादर केली. यामध्ये त्यांना वठणीवर आणणारे वेडे आणि शहाणे काका अशा राजाभाऊंच्या दुहेरी भूमिकांचं आणि कल्पक दिग्दर्शनाचं खूपच कौतुक झालं. या यशाने प्रेरित होऊन त्याच वर्षी राजाभाऊंनी 'लाखाची गोष्ट' अधिक आत्मविश्वासाने सादर केला. यामध्येही उपहास होता आणि त्याला कारुण्याची झालरही होती. यातील रेसकोर्स आणि स्वप्नदृश्यांची खूप चर्चा झाली. दरम्यानच्या काळात, करदार स्टुडियोने 'चाचा चौधरी' (१९५३) या 'पेडगावचे शहाणे'च्या हिंदी आवृत्तीची निर्मिती केली आणि अर्थातच यातील दुहेरी भूमिका आणि दिग्दर्शन राजाभाऊंनी केलं. राजा परांजपे यांच्या 'ऊन पाऊस' (१९५४) मध्ये त्यांच्या अभिनयाने आणि दिग्दर्शनाने आणखी मोठी उंची गाठली. आपल्या काळाच्या पुढे जाऊन आई-वडील आणि मुलं यांतील संघर्ष त्यांनी अतिशय उत्कटतेने सादर केला. म्हातारपणी झालेली पती-पत्नीची ताटातूट आणि त्यांची अगतिकता दाखवताना परांजपे यांच्या मानवी स्वभावाच्या जाणिवांचं दर्शन घडलं. 'गंगेत घोडं न्हालं' (१९५५) हा एक मजेदार

फार्स होता. त्याचं रसिकांनी आणि समीक्षकांनी चांगलं स्वागत केलं. याच वर्षी भारतीय चित्रकर्त्यांच्या अधिकृत शिष्टमंडळासहित राजाभाऊ चीनला गेले आणि तेथील चित्रसृष्टीची माहिती घेतली. त्यांच्यासमवेत बलराज साहनी, बिमल रॉय, चेतन आनंद, पृथ्वीराज कपूर असे मातब्बर कलाकारही होते. यानंतर यशस्वी दाक्षिणात्य निर्माते ए. व्ही. मैयप्पन यांच्यासाठी राजभाऊंनी 'बाप बेटे' (१९५९) चं दिग्दर्शन केलं.

चेन्नई येथे निर्मिती झालेल्या या चित्रपटात अशोककुमार, श्यामा, कन्हैयालाल यांनी भूमिका केल्या, तर रमेश देव यांचं हिंदी चित्रसृष्टीत पदार्पण झालं. चेन्नईहून परत आल्यानंतर राजा परांजपे यांनी श्रीपाद चित्र ही संस्था सुरू करून स्वत:च्याच कथेवर आधारित 'जगाच्या पाठीवर' (१९६०) चं निर्मिती-दिग्दर्शन (आणि त्यात अभिनयही) केलं. नाव नसलेल्या पात्राविषयीच्या या चित्रपटात राजाभाऊ, गदिमा आणि सुधीर फडके पुन्हा एकत्र आले. अत्यंत लोकप्रिय ठरलेल्या या चित्रपटानंतर राजा परांजपे यांनी 'सुवासिनी' (१९६१) या सर्वांगसुंदर चित्रपटाचं दिग्दर्शन केलं. दरम्यान बिमल रॉय यांच्या 'बंदिनी' (१९६३) मध्ये परांजपे यांनी सदाशिवबाबू या उतारवयातील पोस्टमास्तरची भूमिका केली. संगीताची जाण असलेल्या परांजपे यांनी वैष्णव पदं गाऊन स्वावलंबी विचारांची ही प्रतिष्ठित भूमिका अधिकच रंगतदार वठवली. १९६३ मध्ये प्रदर्शित झालेल्या 'हा माझा मार्ग एकला' या चित्रपटाद्वारे 'सचिन' व 'रिमा' या बालकलाकारांचं चित्रपटसृष्टीत आगमन झालं. या चित्रपटाचे दिग्दर्शन राजाभाऊंनी उत्तमरीत्या केले.

'पडछाया' (१९६५) द्वारे राजा परांजपे यांनी एक गूढकथा सादर केली. यामध्ये त्यांनी आपल्या मुलाच्या पितृत्वाबद्दल शंका असलेल्या एका डॉक्टरचं मनोविश्लेषण मांडलं. रहस्यपट म्हणजे भीतिदायक वातावरण, एकाकी इमारती, भयावह चेहरे, खून अशा कल्पना मोडीत काढत राजाभाऊंचा हा चित्रपट इतका लोकप्रिय ठरला की, राज खोसला यांनी 'मेरा साया' ही त्याची हिंदी आवृत्ती काढली. शिवाय याच्या तमिळ आणि तेलगू भाषेतही आवृत्त्या निघाल्या, त्या वेगळ्याच. एक वृद्ध माणूस आणि तरुण मुलगी यांच्यातील प्रेमाचा नाजूक दुवा

सादर करणारा 'आधार' (१९६९) हा राजा परांजपे यांनी दिग्दर्शित केलेला अखेरचा चित्रपट. यानंतर त्यांनी काही मराठी तसंच हिंदी चित्रपटांतून भूमिका केल्या. त्यांचेच शिष्य राजदत्त यांनी दिग्दर्शित केलेल्या 'या सुखांनो या' (१९७५) मध्ये परांजपे यांनी आपली अखेरची भूमिका केली.

व्यक्तिगत आणि सामाजिक मूल्यं हे परांजपे यांच्या चित्रपटांतील बलस्थान असे. त्यांनी इतर दिग्दर्शकांबरोबर केलेल्या चित्रपटांतूनही ही गोष्ट आवर्जून असे. परांजपे यांना आपली संस्कृती, कुटुंबपद्धती, समाज याबद्दल प्रचंड आदर होता आणि तो त्यांच्या चित्रपटांतून प्रतिबिंबित होत असे. त्यांच्या पात्रांमधील संवाद हा बहुधा ओघवतं संभाषण वाटे. त्यामुळे त्यातून एका क्षणाला हसू तर दुसऱ्या क्षणाला आसू, असंही होऊ शके. एक यशस्वी चित्रकर्ता म्हणून कारकीर्द असलेल्या राजा परांजपे यांना प्रेक्षक आणि समीक्षक यांनी भरभरून दाद दिली. केवळ मराठीच नव्हे, तर इंग्रजी वृत्तपत्रांतूनही त्यांच्याबद्दल रकानेच्या रकाने भरून मजकूर प्रसिद्ध होत असे. आपल्या चित्रपट कारकीर्दीमध्ये राजा परांजपे यांनी दोन राष्ट्रीय आणि चार राज्य चित्रपट पुरस्कार प्राप्त केले. एकूण २७ चित्रपटांचं दिग्दर्शन केलेल्या या माणसाचे पाय शेवटपर्यंत जमिनीवर होते. अनेकांना चित्रपटसृष्टीत उभं केलेल्या या दिग्दर्शकाने आपल्या काळात अक्षरशः राजासारखं राज्य केलं. शरद तळवलकर, सीमा आणि रमेश देव, राजा गोसावी आणि डॉ. काशिनाथ घाणेकर व सचिन पिळगावकर यांच्यात एक समान बाब कोणती असं विचारलं, तर चटकन सांगता येईल ती म्हणजे, ही सर्व मंडळी एका स्कूलची आहेत. स्कूल अर्थातच राजा परांजपे यांचं. या मंडळींच्या कारकीर्दीला सर्वाधिक आकार दिला तो राजा परांजपे या कसबी दिग्दर्शकाने. राजा परांजपे यांचं ९ फेब्रुवारी १९७९ रोजी निधन झालं. अशा दिग्गज कलावंताला मानाचा मुजरा...

◆◆◆

नावासारखा सरळमार्गी विनोदवीर

साधे-सरळ, सुशील आणि एकमार्गी असणारे, मराठी चित्रपटसृष्टीवर हास्याची लकेर उमटवणारे, तसचं आपल्या कामाशी एकनिष्ठ राहिलेले दिग्गज अभिनेते म्हणजेच शरद तळवलकर....

शरद तळवलकर

जन्म - ०१/११/१९१८
मृत्यू - २२/०८/२००१

प्रसिद्ध लेखक पु. ल. देशपांडे यांनी एका अभिनेत्याच्या अभिनयाचं मार्मिक वर्णन करून ठेवलं आहे. ते म्हणतात, "हा माणूस इतका साधा आहे की, याच्या नावात काना, वेलांटी, उकार काहीच नाही हो. अभिनयातील सहजता हा दुर्मीळ गुण या कलाकारामध्ये आहे. आपलं बोलणं विनोदी करायला त्याला कसलीही युक्ती वापरावी लागत नाही. नाटककाराने लिहिलेला संवाद पुरेसा हशा पिकवणारा नाही, या समजुतीने काही विनोदी नट आपली विनोदबुद्धी वापरतात, नको त्या ठिकाणी नको इतके अंगविक्षेप करतात. हशा पिकवण्यासाठी या कलाकाराला यापैकी कशाचीच गरज भासली नाही." 'लाखाची गोष्ट', 'पेडगावचे शहाणे', 'तुळस तुझ्या अंगणी', 'रंगल्या रात्री अशा',

'अखेर जमलं', 'वाट चुकलेले नवरे', 'बायको माहेरी जाते', 'मुंबईचा जावई' आणि 'एकटी' अशा कितीतरी गाजलेल्या चित्रपटांतून त्यांनी भूमिका केल्या. 'जावई विकत घेणे'मधील म्हाताऱ्याच्या भूमिकेबद्दल आणि 'एकटी'तील भूमिकेबद्दल त्यांना महाराष्ट्र शासनाचं पारितोषिक मिळालं होतं. कॉमेडीच्या नावे ओढून ताणून पांचट विनोद करून कृत्रिम हास्य फुलवण्याचा प्रयत्न सध्या आपल्याला टीव्हीवर पाहायला मिळतो. मराठी असो वा हिंदी मनोरंजन वाहिनी, एक तरी कॉमेडी शो असतोच असतो. मात्र, कॉमेडीच्या दुनियेत एक बादशाह असा होऊन गेला, ज्याचा केवळ चेहरा समोर आला तरी आपोआप हसू येत असे. त्याने डायलॉग मारला की, हसून हसून पोट धरावं लागे. ना त्याच्या डायलॉगमध्ये कृत्रिमपणा होता, ना ओढून ताणून जुळवलेले शब्द. तो होता खराखुरा विनोदवीर, म्हणजेच दिग्गज अभिनेते शरद तळवलकर.

ज्येष्ठ अभिनेते शरद गणेश तळवलकर यांचा जन्म १ नोव्हेंबर १९१८ रोजी झाला. शालेय जीवनात, म्हणजे पुण्याच्या भावे स्कूलमध्ये ऐनवेळेस 'शिशुपाल' आणि 'साष्टांग नमस्कार' या नाटकातील 'भद्रायु भाटकर' ही पात्रं शरद तळवलकर यांनी अतिशय सुंदर रीतीने रंगविली होती. शाळेत असताना ते शिक्षकांच्या नकला हुबेहूब करायचे. १९३५ मध्ये 'रणदुंदुभी' नाटकात शिशुपालाची भूमिका करणारा कलाकार ऐनवेळी अडला आणि शरद तळवलकरांनी आपल्या अभिजात कलागुणांनी त्या भूमिकेत कमालीचा रंग भरला. तेव्हापासून दर वर्षी स्नेहसंमेलनाच्या नाटकात त्यांच्यासाठी आग्रह धरला जाऊ लागला. इथूनच त्यांच्या रंगभूमीच्या प्रवासाला सुरुवात झाली. नटश्रेष्ठ केशवराव दाते यांच्या पाहण्यात त्यातील एक भूमिका आली आणि त्यांच्या 'नाट्य विकास' संस्थेत त्यांनी तळवलकरांना निमंत्रण दिलं. नाटकात काम करणं ही त्या काळात फारशी समाजमान्य गोष्ट नव्हती. वडिलांनी नाटक कंपनीत जाण्यास विरोध केल्यानंतर नाटकाच्या वेडापायी शरद तळवलकरांनी घर सोडलं. अभिनयाबाबत मार्गदर्शन घेण्यासाठी तळवलकर कोल्हापूरला मा. विनायक यांच्या 'हंस पिक्चर्स'मध्ये बाबूराव पेंढारकरांना भेटले. त्यांच्या सल्ल्यानुसार त्यांनी आधी शिक्षण पूर्ण करायचं ठरवून जोडीला अकाउंटंटची

नोकरी पत्करली. महाविद्यालयाच्या नाटकांतूनही त्यांच्या भूमिका प्रेक्षकप्रिय झाल्या. व्यावसायिक नाटकांतून भादव्या, फाल्गुनराव, कामण्णा, तळीराम, धैर्यधर अशा भूमिका शरद तळवलकर करू लागले. १९५२ मध्ये गाजलेल्या 'पेडगावचे शहाणे' आणि 'लाखाची गोष्ट' या राजा परांजपे दिग्दर्शित चित्रपटांत त्यांना छोट्या भूमिका मिळाल्या. तसंच दत्ता धर्माधिकारी यांच्या 'अखेर जमलं' या चित्रपटात लक्षात राहण्याजोगी भूमिका मिळाली.

'छापील संसार' नावाच्या पहिल्या व्यावसायिक नाटकात त्यांनी काम केलं. हा अभिनयाचा छंद जोपासत असताना त्यांनी मिलिटरी अकांउटसमध्ये नोकरी केली. त्यावेळेस त्यांचं शिक्षणही सुरू होतं. विनोदी अभिनेता म्हणून त्यांनी केलेला पहिला चित्रपट होता 'माझा मुलगा'. तिथून सुरू झालेला विनोदी अभिनेत्याचा प्रवास शेवटपर्यंत सुरूच होता. नाट्य आणि चित्रपट दोन्ही क्षेत्रांत त्यांनी आपल्या अभिनयाचा प्रभाव पाडला होता. बालगंधर्वांसारख्या नटश्रेष्ठाबरोबर 'एकच प्याला'तील रंगवलेली तळीरामाची भूमिका बालगंधर्वांच्या शाबासकीला पात्र ठरली. 'लग्नाची बेडी' या नाटकातला 'गोकर्ण' शरद तळवलकरांनी आपल्या ठसकेबाज शैलीत रंगवून अविस्मरणीय केला. १९५५ मध्ये आलेल्या 'करायला गेलो एक' या तुफान विनोदी फार्सने शरद तळवलकरांचं नाव महाराष्ट्रभर केलं. तेथून त्यांची यशस्वी वाटचाल सुरू झाली. अभिनयाच्या वेडापायी त्यांनी पुणे विद्यापीठातील नोकरीही सोडली. पुढे राजा गोसावी यांच्याबरोबर 'अवघाची संसार', 'दोन घडीचा डाव' आणि 'याला जीवन ऐसे नाव' हे त्यांचे चित्रपट गाजले. 'रंगल्या रात्री अशा' या चित्रपटात शरद तळवलकरांना आव्हानात्मक भूमिका मिळाली. 'बायको माहेरी जाते' या चित्रपटातील त्यांची विनोदी भूमिकाही गाजली. अत्यंत सहज आणि उत्स्फूर्त अभिनय हे त्यांचं वैशिष्ट्य होतं. पुणे आकाशवाणी केंद्रावर नाट्यनिर्माते म्हणून केलेलं त्यांचं कार्य मोलाचं होतं. त्यांच्या काळातील नभोनाट्यं हा श्रोत्यांच्या आवडीचा विषय होता. 'कलाकार' ही नाट्यसंस्था त्यांनी उभारली. 'भावबंधन'मधील 'कामण्णा', 'अपराध मीच केला'मधील गुप्तेकाका, 'दिवा जळू दे'मधील 'गोळे मास्तर' अशा अनेक नाटकांमधील त्यांच्या भूमिका

संस्मरणीय ठरल्या. 'अप्पाजींची सेक्रेटरी' आणि 'सखी शेजारीण' या नाटकांतील त्यांच्या भूमिका हलक्या फुलक्या; पण सबंध नाटक पेलून धरणाऱ्या दमदार अशाच होत्या. अतिशय बोलक्या चेहऱ्याचा हा विनोदी कलावंत, ज्याला नाट्यसृष्टीत मानाचा समजला जाणाऱ्या विष्णुदास भावे पुरस्काराने गौरविलं गेलं.

'मुंबईचा जावई', 'धाकटी मेहुणी', 'आली अंगावर', 'नवरे सगळे गाढव', 'चांदणे शिंपीत जा', 'थोरली जाऊ', 'गडबड घोटाळा' आदी चित्रपटांतील त्यांच्या विनोदी भूमिका गाजल्या. 'धूमधडाका'मध्ये शरद तळवलकर आणि लक्ष्मीकांत बेर्डे यांनी रंगवलेला चित्रपटाची कथा सांगण्याचा प्रसंग तर कोण विसरेल? 'एकटी', 'लेक चालली सासरला', 'अष्टविनायक', 'कैवारी' या चित्रपटांतील चरित्र भूमिकाही त्यांनी अजरामर केल्या. 'मी रंगवलेले म्हातारे'

आणि 'गुदगुल्या' या त्यांच्या पुस्तकांना राज्य सरकारचा पुरस्कारही मिळाला. महेश कोठारेंच्या 'धूमधडाका' या सिनेमात लक्ष्मीकांत बेर्डे, अशोक सराफ आणि स्वत: महेश कोठारे हे तीनही एक्के होते, मात्र हुकमाचा एक्का म्हणून शरद तळवलकर यांचंच नाव घ्यावं लागेल. या सिनेमात त्यांनी भूषवलेली 'धनाजी वाकडें'ची भूमिका आजही प्रेक्षकांच्या मनात कायम आहे. या सिनेमाचं कथानक 'धनाजी वाकडें'भोवतीच फिरतं, त्याचमुळे शरदरावांना या सिनेमाचा हुकमी एक्का म्हणावं लागेल. साधा- सरळ, सुशील आणि एकमार्गी स्वभावाचे शरद तळवलकर हे आपल्या कामाशी एकनिष्ठ राहिले. शरद तळवलकर हे नाव मराठी चित्रपटसृष्टीशी निगडित असलं तरी त्यांचं स्वतःचं नाट्यवेड हे प्रख्यात होतं. नाटकांप्रमाणे चित्रपटांतदेखील शरद तळवलकरांनी महत्त्वपूर्ण भूमिका

केल्या. मराठी रंगभूमी-चित्रपटसृष्टीतील ज्येष्ठ अभिनेते शरद तळवलकर यांची अभिनय कारकीर्द खूप मोठी आहे. या संपूर्ण प्रवासाबद्दल लेखांचं संकलन म्हणजे हे 'गुदगुल्या' पुस्तक... पुस्तकाचं नाव तळवलकरांच्या स्वभावाला धरून अगदी योग्य आहे, हे पुस्तक वाचल्यावर मनोमन पटतं. इतरांना हसवण्यासाठी जन्मलेल्या या 'अवलिया' अभिनेत्याने आपल्या अनुभवाचे बोल या पुस्तकात रंजकपणे व्यक्त केले आहेत. हे पुस्तक बहिरंगावरून जरी आत्मचरित्रात्मक वाटलं, तरीही याचं अंतरंग केवळ त्यांच्या अभिनय-प्रवासाने भरून गेलंय. मराठी रंगभूमी, चित्रपट या क्षेत्रात काम करताना जसे चांगले अनुभव त्यांना आले, तसेच वाईटही आले. असे बरेच क्लेशदायक अनुभव त्यांनी पुस्तकात विशद केले आहेत. हे पुस्तक केवळ शरद तळवलकरांच भोवती फिरत नाही, तर ज्या महनीय व्यक्तिंचा त्यांना सहवास लाभला, त्यांच्याबद्दलही काही रंजक किस्से, आठवणी इथे त्यांनी मांडल्या आहेत. बालगंधर्व, गणपतराव जोशी, नानासाहेब फाटक, केशवराव दाते, केशवराव भोसले या त्यांच्या आदर्श नटांबद्दलची आपली मतं तर त्यांनी इथे नमूद केली आहेतच, शिवाय नव्या पिढीतल्या अनेक कलाकारांबद्दलही लिहिल्याचं तुम्हाला वाचायला मिळेल. यांत लक्ष्मीकांत बेर्डे, अशोक सराफ, प्रशांत दामले, विजय चव्हाण, मोहन जोशी अशा अनेक जणांचा समावेश आहे. शरद तळवलकर हे दिलखुलास व्यक्तिमत्त्व आहे. या त्यांच्या मनमोकळ्या स्वभावाची 'छाया' या पुस्तकावर पडलेली आहे.

चेहऱ्यावरील भावातूनच विनोद आणि वेदना दाखविणारे तळवलकर विनोदी अभिनेता म्हणून अभिनय करतानाच, दुःखद प्रसंगातही हेलावून टाकणारे त्यांचे भाव चेहऱ्यावर ते दाखवीत. शरद तळवलकर यांनी १६० हून अधिक चित्रपटांतून कामं केली. नाटकाचे प्रयोग चालूच होते आणि त्यांना आजाराने गाठलं. तरीपण त्यांची विनोदबुद्धी शाबूत होती. माझा एक मित्र त्यांना भेटायला गेला तेव्हा तो बिचारा शांतपणे आत गेला, शरद तळवलकर डोळे उघडून त्याला हसून म्हणाले, 'अरे अजून आहे मी' आणि मग त्याच्याशी त्यांचं बोलणं सुरू झालं. त्यांच्या तोंडून त्यांचे किस्से ऐकणं म्हणजे धमाल होती.

एकदा ते एका मुलाखतीत म्हणाले होते, “माझं लग्न स्मशानात ठरलं, जिथे लोकांचे संसार मोडतात.. तिथे माझा संसार सुरू झाला. त्याची कथाही अजब आहे.” शरद तळवलकर यांना ‘एकटी’, ‘मुंबईचा जावई’, ‘जावई विकत घेणे आहे’, ‘रंगल्या रात्री अशा’, ‘धूमधडाका’, ‘लेक चालली सासरला’ आणि ‘तू तिथे मी’ ह्या चित्रपटांसाठी अवॉईस मिळाली होती. शरद तळवलकर यांना स्टेजवर अभिनय करताना पाहणं म्हणजे पर्वणीच असे . त्यांच्या ‘अप्पाजींची सेक्रेटरी’ या नाटकात तर त्यांनी इतकी धमाल केली होती की, ज्यांनी ते नाटक पाहिलं आहे, ते हे नाटक कधीच विसरू शकणार नाहीत. जवळजवळ ६० वर्षं ते अभिनय करत होते. ‘डार्लिंग डार्लिंग’, ‘सखी शेजारिणी’ आदी नाटकांचे प्रयोग सुरू असतानाच त्यांनी अखेरचा श्वास घेतला. अशा या चतुरस्त्र अभिनेत्याचं २२ ऑगस्ट २००१ रोजी पुणे येथे निधन झालं. अशा दिग्गज कलावंताला मानाचा मुजरा.....

◆◆◆

शापित झालेला नटरंग

चित्रपटाच्या रुपेरी पडद्यावर आयुष्यभर फक्त सदरा-पायजमा अशा एकाच ढगळ्या वेशात वावरलेले, आपल्या 'शापित' भूमिकेचं 'सोनं' करणारे दिग्गज कलावंत म्हणजेच अभिनयसम्राट गणपत पाटील....

गणपत पाटील

जन्म - २०/०८/१९२०

मृत्यू - २३/०३/२००८

'दूरदर्शन' वरील एका कलाकाराची मुलाखत अगदी काल पाहिल्यासारखी डोळ्यांपुढे तरळून गेली. त्या मुलाखतीत एक ज्येष्ठ प्रतिभावंत अभिनेते धाय मोकलून रडत होते अन् मुलाखतकर्ते निवेदक स्तब्ध होऊन गेले होते. त्यांनी विचारलेल्या एका प्रश्नावर त्या अभिनेत्याच्या भावना अनावर झाल्या अन् अश्रूंचा बांध फुटला. इतकंच त्या घटनेचं महत्त्व नव्हतं तर अभिनयाची तपस्या व्यक्तिगत आयुष्याची वीण कशी उसवत गेली अन् एका कलाकाराची जिंदगानी कशी उद्ध्वस्त होत गेली, याचं ते टोकदार उदाहरण होतं. ती घटनाच तशी होती, मुलाखतीत ते रडत होतं. त्यांच्या आयुष्यातल्या प्रसंगावर ते बोलत होते, "या माणसाला मुलगी कशी काय असू शकते? शक्यच नाही, आमच्या अकलेचं दिवाळं निघालंय का, जे आम्ही यांची मुलगी करू?

यांच्या घरचीच तिकडून काही तरी भानगड असणार! आम्हाला काय माहिती नाही का, मुलीचे वडील 'हे' आहेत म्हणून! यांना चालत असेल; पण समाजात आम्हाला तोंड दाखवायचं आहे! आम्हाला नाव आहे, अब्रू आहे, पत आहे अन् यांच्यातच जगायचं आहे. आमचं काय यांच्यासारखं 'टाळी' वाजवून थोडंच भागणार आहे का? लोक असंच काहीबाही बोलत रहायचे आणि लोकांच्या या प्रत्येक टोमण्यामागे माझ्या पत्नीचा भावनांचा बांध तुटत होता, ती कोलमडून गेली होती. मुलांच्या लग्नाच्या वेळेसदेखील हाच अनुभव आला होता. समाजाने फार वाईट वागणूक दिली. माझ्या अभिनयाची शिक्षा बायको आणि पोरांना भोगावी लागली. ते सगळीकडे चेष्टेचा विषय झाले होते." इतकं बोलून ते कलावंत पुन्हा धाय मोकलून रडू लागले. 'आत्ता गं बया!' हे इतकेच शब्द या कलाकाराची थोरवी सांगण्यास पुरेसे आहेत. तमाशाप्रधान चित्रपट मराठीत अमाप आले. त्यात 'नाच्या'चं काम करणारी बरीच कलाकार मंडळी होऊन गेली. पण या मनस्वी कलाकाराच्या नावाशी कुणाचीही तुलना होऊच शकत नाही, इतका तो 'नाच्या' त्यांनी आपल्या अभिनयाने जिवंत केला होता. बोलणं, दिसणं आणि नाचणं अशा तिहेरी अंगांनी त्यांचा सहजसुंदर अभिनय नटलेला. 'झाले बहू, होतीलही बहू,परंतु या सम हा!' फक्त आणि फक्त एकच तो कलावंत म्हणजेच 'अभिनयसम्राट गणपत पाटील.'

गणपत पाटलांचा जन्म २० ऑगस्ट १९२० रोजी कोल्हापुरात एका गरीब कुटुंबात झाला. घरच्या हलाखीच्या परिस्थितीमुळे व पाटलांच्या बालपणीच त्यांचे वडील निवर्तल्यामुळे बालवयापासूनच पाटलांना मोलमजुरी करून, फुलं - खाद्यपदार्थ विकून कुटुंबाकरिता आर्थिक हातभार लावावा लागला. अशा परिस्थितीतदेखील कोल्हापुरात त्या काळी चालणाऱ्या रामायणाच्या खेळांत ते हौसेने अभिनय करीत. रामायणाच्या त्या खेळांमध्ये त्यांनी बऱ्याचदा सीतेची भूमिका वठवली. दरम्यान 'राजा गोसावी' यांच्याशी पाटलांची ओळख झाली. त्यांच्या ओळखीतून पाटलांचा मास्टर विनायकांच्या 'शालिनी सिनेटोन'मधून प्रफुल्ल पिक्चर्समार्फत चित्रपटसृष्टीत प्रवेश झाला. चित्रपटसृष्टीतील सुरुवातीच्या दिवसांत त्यांनी सुतारकाम, रंगभूषा

साहाय्यकाची कामं केली. मास्टर विनायकांच्या निधनानंतर ते मुंबईतून कोल्हापुरास परतले. त्यासुमारास पाटलांना राजा परांजपे यांच्या 'बलिदान' व राम गबालेयांच्या 'वंदे मातरम्' चित्रपटांमध्ये अभिनयाची संधी मिळाली. या भूमिकांमधील त्यांच्या अभिनयामुळे त्यांना त्यांची अभिनय कारकीर्द फुलवणारी भालजी पेंढारकरांच्या 'मीठभाकर' चित्रपटातील खलनायकाची भूमिका मिळाली.

चित्रपटांबरोबरीनेच पाटील नाटकांतही अभिनय करीत. जयशंकर दानवे यांच्या 'ऐका हो ऐका' या ग्रामीण ढंगातील तमाशाप्रधान नाटकात बायकी सोंगाड्याची म्हणजेच 'नाच्या'ची आव्हानात्मक भूमिका त्यांनी लीलया पेलली. त्यांच्या अभिनयामुळे ही भूमिका जबरदस्त लोकप्रिय झाली. 'जाळीमंदी पिकली करवंदं' या नाटकातही त्यांनी 'सोंगाड्या'चीच व्यक्तिरेखा साकारली. पाटलांनी अभिनित केलेल्या 'नाच्या'च्या भूमिकांची लोकप्रियता लक्षात घेऊन कृष्णा पाटलांनी ' वाघ्या मुरळी' चित्रपटात त्यांना तशीच भूमिका दिली. या चित्रपटानंतर पाटलांच्या अभिनयकौशल्यामुळे ' नाच्याची भूमिका आणि गणपत पाटील' हे समीकरण मराठी तमाशापटांत दृढावत गेलं. बायकी किरट्या आवाजात ओरडत बोलताना उजव्या हाताची तर्जनी हनुवटीवर ठेवून अन् डावा हात कमरेवर ठेवून अंगाला लचके द्यायचे अन् अगदी ठसक्यात खुमासदार पद्धतीने तो 'नाच्या' ते साकारायचे. खरेतर त्यांच्या वाट्याला आलेली अगदी नगण्य, जेमतेम फुटेज असणारी ही भूमिका ते जगायचे अन् ती भूमिका प्रेक्षकांच्या मनात ठसायची. प्रेक्षकदेखील त्यांना मनापासून दाद द्यायचे. जयश्री गडकर, माया गांधी, सीमा ते उषा नाईक, उषा चव्हाणपर्यंत कोणाचेही तमाशाप्रधान चित्रपट पाहिले, तर त्या सर्वांचा एकच समान धागा होता तो म्हणजे, 'गणपत पाटील'.

गणपत पाटलांनी साकारलेला कोणताही सिनेमा घ्या, त्यात त्यांची भूमिका जास्तीत जास्त मोठी म्हणजे आठ ते नऊ मिनिटांची आहे. 'बालध्रुव'मध्ये ते बालकलाकार म्हणून चक्क मॉबमध्ये उभे होते. १९४९ मधल्या 'मीठभाकर'ने त्यांना ओळख दिली. 'राम राम पाव्हणं'ने शिक्का मारला, तर

१९५१ च्या 'पाटलाचा पोर'ने त्यांची चौकट पक्की केली. त्याच वर्षी आलेल्या 'छत्रपती शिवाजी'मध्ये त्यांनी अनेक छोट्या भूमिका पार पाडल्या होत्या. १९६० मधील 'शिकलेली बायको'ने त्यांचं बस्तान पक्कं केलं. १९६३ मधील 'थोरातांची कमळा'ने त्यांना लोकप्रियता मिळवून दिली. त्यानंतर आलेल्या १९६४ मधल्या 'पाठलाग', 'सवाल माझा ऐका', 'वाघ्या मुरळी' या सिनेमांनी त्यांचं आयुष्य बदललं अन् इथेच घात झाला. खरे 'गणपत पाटील'लोप पावले आणि 'नाच्या' गणपत पाटील लोकमानसाच्या नसनसंत भिनला. १९६५ मध्ये आलेल्या 'केला इशारा जाता जाता'ने त्यांना स्टार कलाकारांइतकं महत्त्व आलं. १९६५ च्या 'मल्हारी मार्तंड' आणि 'रायगडचा राजबंदी'ने मराठी तमाशापटांत गणपत पाटलांचं स्थान अबाधित केलं. 'बाई मी भोळी', 'देवा तुझी सोन्याची जेजुरी', 'सांगू मी कशी', 'सुरंगा म्हणत्यात मला', 'छंद प्रीतीचा', 'धन्य ते संताजी धनाजी'पर्यंत सारं ठीक चाललं होतं. मात्र १९६८ च्या 'एक गाव बारा भानगडी'ने गणपत पाटील थोडेसे सावध झाले. कारण या सिनेमाने लोकप्रियतेचे नवे विक्रम केले आणि सार्वजनिक जीवनात आपला 'तमाशा' होऊ लागलाय हे पाटलांच्या ध्यानी येऊ लागलं. १९६९ मधील 'खंडोबाची आण' व 'गणगौळण'मध्ये त्यांनी आपली अस्वस्थता व्यक्त करण्याचा प्रयत्न केला; पण १९७० च्या 'अशी रंगली रात' आणि 'गणानं घुंगरू हरवलं' या सिनेमांत त्यांच्या

वाट्याला मोठं फुटेज आलं. १९७१ च्या 'अशीच एक रात्र' आणि 'लाखात अशी देखणी'ने पुन्हा गाडी रुळावरून ढासळू लागली. मात्र १९७१ मध्ये दादांच्या 'सोंगाड्या'ने त्यांना नाव दिलं अन् समाजाने त्यांचं नाव घालवलं. यानंतर आलेल्या अनेक सिनेमांत 'पुढारी', 'सून माझी सावित्री', 'सुगंधी कट्टा', 'जवळ ये लाजू नको', 'कलावंतीण', 'नेताजी पालकर', 'ग्यानबाची मेख', 'हळदी कुंकू', 'मंत्र्याची सून', 'सवत', 'पोरी जरा जपून', 'तमासगीर', 'दोन बायका फजिती ऐका', 'राखणदार', 'बोला दाजिबा', 'इरसाल कार्टी', 'थांब थांब जाऊ नको लांब', 'लावण्यवती', 'मा. मुख्यमंत्री गणप्या गावडे' हे चित्रपट मुख्यतः गाजले.

गणपत पाटील जेव्हा लोकप्रियतेच्या शिखरावर होते, तेव्हा त्यांच्याशिवाय तमाशापट अशक्य झाला होता. विशेष बाब म्हणजे, तमाशाच्या फडावर नाचणारी कलावंतीण जयश्री गडकर, लीला गांधी, संध्या, उषा चव्हाण, उषा नाईक, रंजना, मधु कांबीकरपासून ते माया जाधव यांच्यापर्यंत कोणीही लीड रोलमध्ये असलं तरी 'नाच्या'चं काम गणपत पाटलांना द्या, असा त्या अभिनेत्रींचा आणि दिग्दर्शकांचा आग्रह असे. ते तिकडे रमत गेले अन् इकडे त्यांचा संसार जगाच्या टवाळीचा विषय झाला. त्यांच्या पत्नीने आणि मुलांनी काय काय ऐकून घेतलं असेल याची कल्पना करवत नाही. इतकं असूनही पाटलांनी आपल्या चेहऱ्याला रंग लावून घेणं काही बंद केलं नाही. गणपत पाटलांनी कधी कुणापुढे हात पसरले नाहीत की कुणापुढे कशाची याचना केली नाही. सगळं दुःख, अपमान, व्यथा, तिटकारा ते सोसत गेले; मात्र अंती त्यांच्या हाती फारसं काही लागलं नाही. चित्रपटाच्या रुपेरी पडद्यावर आयुष्यभर फक्त सदरा, पायजमा अशा एकाच ढगळ्या वेशात वावरलेला हा माणूस आपल्या 'शापित' भूमिकेचं 'सोनं' करून गेला; पण त्यांच्या वेदना जगापुढे फारशा मांडल्या गेल्या नाहीत. त्यांनी लिहिलेल्या 'रंग नटेश्वराचे' पुस्तकामध्ये मात्र विस्तृतपणे या सर्व घटनांचा पट उलगडला आहे. या नटरंगाची आयुष्यभर उपेक्षा झाली होती की काय, म्हणूनच प्रेक्षकांनी त्यांच्यावर निघालेल्या 'नटरंग' चित्रपटाला रेकॉर्डब्रेक प्रतिसाद दिला. २०१३ सालचा 'विशेष दीनानाथ मंगेशकर पुरस्कार' त्यांना मरणोत्तर जाहीर झाला होता. तत्पूर्वी २००५ चा 'झी

जीवनगौरव पुरस्कार' हाच काय तो त्यांचा कौतुक सोहळा.

त्यांच्या 'आत्ता गं बया'ला दाद दिली नसेल असा मराठी रसिक विरळाच. अंगात मखमली बदाम अन् त्यावर हाफ जाकीट, गळ्यात गुंडाळलेला रंगीबेरंगी रुमाल अन् डोक्यावर बुट्टेदार टोपी अशा वेशातले गणपत पाटील त्यांच्या 'नाच्या'च्या भूमिकेत समरसून जायचे. या भूमिकेने त्यांना मानही दिला अन् प्रचंड अपमानदेखील. त्यांच्या पत्नीच्या वाट्याला किती भयंकर थट्टा आली असेल, कल्पना करवत नाही. आपल्या भूमिकेचं त्यांनी सोनं केलं पण त्या भूमिकेनेच त्यांच्या आयुष्याची माती केली. अभिनयसंपन्नतेला मिळालेली रसिकांची ही दाद त्यांचं रोजचं जिणं बेहाल करून गेली. पुढे जाऊन गणपत पाटील ही तृतीयपंथींसाठीची संज्ञा झाली. अगदी 'नटरंग' सिनेमा येईपर्यंत ही अवस्था होती. 'नटरंग' सिनेमा जानेवारी २०१० मध्ये प्रदर्शित झाला आणि त्याआधीच, म्हणजे २३ मार्च २००८ रोजी हा खरा प्रतिभावंत अभिनेता आपल्या अनंताच्या प्रवासाला गेला. 'नटरंग' आला अन् मराठी सिनेमाचं व गणपत पाटलांचं पांग फेडून गेला. त्यांचं पात्र अन् त्यांचं नाव अजरामर झालं. त्यांच्या भूमिकेचं त्यांनी सोनं केलं पण त्या भूमिकेने नेहमीच त्यांच्या आयुष्यावर मात केली. अशा सर्वगुणसंपन्न गुणी पण अभागी अभिनेत्यास मनापासून सलाम ....

◆◆◆

माणूसपण जगलेला डॉक्टर अभिनेता...

आपल्या वैशिष्ट्यपूर्ण शैलीतील संवादफेक, उंचंपुरं-देखणं व्यक्तिमत्त्व आणि भूमिकेवरची जबरदस्त पकड असणारे रंगकर्मी, चित्रकर्मी, अभिनयसम्राट, तसेच सामाजिक कार्यकर्ते म्हणजेच रंगभूमीवरचे नटसम्राट डॉक्टर श्रीराम लागू.

डॉ. श्रीराम लागू

जन्म - १६/११/१९२७

मृत्यू - १७/१२/२०१९

पुण्यातील फिल्म इन्स्टिट्यूटच्या सभागृहात दिग्दर्शक मधुर भांडारकर यांच्या मुलाखतीचा कार्यक्रम होता. या कार्यक्रमासाठी अनेक दिग्गज मान्यवर उपस्थित होते. मधुरजी यांचा एका प्रख्यात कलावंताने सन्मान केला, तेव्हा मधुरजी त्या दिग्गज कलावंताचे आशीर्वाद घेण्यासाठी झुकले. तेव्हा ती व्यक्ती म्हणाली, "अहो मी तुमच्या सिनेमांचा चाहता आहे. माझ्या पाया कशाला पडता? तुम्ही इतक्या सुंदर कलाकृती दिल्या आहेत, त्याबद्दल प्रेक्षक म्हणून आम्हीच तुमचे आभार मानायला हवेत." त्या दिग्गज कलावंताचं हे वाक्य ऐकून मी स्तब्ध झालो. स्वत: एक इतका मोठा कलावंत असूनही दुसऱ्या कलाकाराची एवढी कदर करणारा माणूस म्हणून मला त्यांना सलाम करावासा

वाटला. या कार्यक्रमास मी उपस्थित असल्याचा आजही मला अभिमान वाटतो. कार्यक्रम संपला आणि मी त्यांचे पाय धरले. त्यांनी डोक्यावर हात ठेवला आणि म्हणाले, "बेटा, लढत रहा." या मोजक्या शब्दांनी खूप ऊर्जा दिली. आजही त्यांचे हे शब्द माझ्या मनात रुंजी घालतात आणि कुठल्या ही अवघड संकटक्षणी जगायला नव्याने बळ देतात. असं रोखठोक बोलणारं हे व्यक्तिमत्त्व म्हणजे रंगकर्मी, चित्रकर्मी, अभिनयसम्राट, सामाजिक कार्यकर्ते म्हणजेच रंगभूमीवरचे नटसम्राट डॉक्टर श्रीराम लागू.

खरंतर विसाव्या शतकातील मराठी रंगभूमीचे नटसम्राट कोण, असा विचार जरी मनात आल, तरी डॉ. श्रीराम लागू यांचं नाव सर्वप्रथम डोळ्यांसमोर आल्याशिवाय राहत नाही. अभ्यासू वृत्तीने अनेक पात्रांचं मनोविश्लेषण करून आणि त्यामध्ये आपली प्रतिभा ओतून मराठी रंगभूमीवर त्यांनी सजवलेल्या भूमिका पाहायला मिळणं म्हणजे एक पर्वणीच असायची. वि. वा. शिरवाडकर यांच्या 'नटसम्राट' नाटकाच्या, गोवा हिंदू असोसिएशनने सादर केलेल्या पहिल्या प्रयोगात मराठी रंगभूमीवर हा बुलंद आवाज दुमदुमला आणि मराठी प्रेक्षक अंतर्बाह्य थरारले! गणपतराव जोशी, नानासाहेब फाटक, केशवराव दाते अशा अनेक नटसम्राटांच्या मांदियाळीत स्वत:चं नाव आपल्या कर्तृत्वाने कोरून एक नवा 'नटसम्राट' मराठी रंगभूमीवर अवतरला होता. त्याचं नाव होतं डॉ. श्रीराम लागू. या 'तुफाना'ने पुढील पाच दशकं मराठी रंगभूमी आपल्या अस्तित्वाने केवळ उजळूनच टाकली असं नाही, तर तिला एक नवी उंची प्राप्त करून दिली.

श्रीराम बाळकृष्ण लागू हे त्यांचं पूर्ण नाव. त्यांचा जन्म सातारा जिल्ह्यात १६ नोव्हेंबर १९२७ रोजी बाळकृष्ण व सत्यभामा या दाम्पत्याच्या पोटी झाला. या मुलाने पुण्यातील भावे स्कूलमध्ये प्राथमिक शिक्षण घेतलं. महाविद्यालयीन शिक्षण फर्ग्युसन कॉलेजमध्ये झाल्यानंतर त्यांनी डॉक्टर होण्यासाठी पुण्यातील बी. जे. वैद्यकीय महाविद्यालयात प्रवेश घेतला. महाविद्यालयीन जीवनातही त्यांच्या नाट्यप्रेमाची झलक सहाध्यायींना दिसली होती. कॉलेजमध्ये अनेक नाटकांतून त्यांनी काम केलं. एमबीबीएस पदवी

मिळविल्यानंतर ईएनटी सर्जन म्हणून त्यांनी पुण्यात रीतसर प्रॅक्टिस सुरू केली. मात्र, नाट्यप्रेम स्वस्थ बसू देत नव्हतं. शिक्षण सुरू असतानाच भालबा केळकर यांच्या 'प्रोग्रेसिव्ह ड्रॅमॅटिक असोसिएशन'मधून त्यांनी वयाच्या चोविसाव्या वर्षी प्र. के. अत्रे यांच्या 'उद्याचा संसार' या नाटकात भूमिका करून रंगभूमीवर पहिलं पाऊल टाकलं. सतत बारा-तेरा वर्षं ते भालबांच्या हाताखाली 'बेबंदशाही', 'रथ जगन्नाथाचा', 'वेड्याचं घर उन्हात' अशा अनेक नाटकांत भूमिका करीत राहिले. १९६४ मध्ये विजय तेंडुलकर यांच्या 'मी जिंकलो, मी हरलो' या नाटकात त्यांनी भूमिका केली. विजया मेहता यांच्या 'रंगायन' या

संस्थेने ते नाटक सादर केलं होतं. त्या संस्थेत दोन वर्षं काम केल्यावर थिएटर युनिटमध्ये त्यांनी 'आधे अधुरे' व 'ययाती' ही नाटकं केली. 'गिधाडे' या नाटकाच्या वेळी त्यांची दीपा बसरूर या अभिनेत्रीशी जवळीक निर्माण झाली व २४ जुलै १९७१ रोजी दीपा बसरूर दीपा लागू झाल्या. या दोघांनी 'रूपवेध' या संस्थेची स्थापना केली व १९७४ ते १९८९ या काळात चार नाटकं सादर केली. त्यानंतर त्यांनी १९७४ व १९९५ मध्ये 'प्रतिमा' व 'क्षितिजापर्यंत समुद्र' ही दोन नाटकं रंगमंचावर आणली. पण हा सारा नाट्यसंसार प्रायोगिक रंगभूमीवरील वाटचालीचा होता. प्रायोगिक रंगभूमीबरोबरच त्यांनी व्यावसायिक रंगभूमीवरही अनेक भूमिका केल्या. 'इथे ओशाळला मृत्यू'पासून त्याची सुरुवात झाली. त्यांनी १९६९ मध्ये ते नाटक सादर केलं. त्यानंतर 'वेड्याचं घर उन्हात', 'गिधाडे', 'काचेचा चंद्र', 'नटसम्राट', 'हिमालयाची सावली' अशा अनेक नाटकांतून भूमिका करून डॉ. लागूंनी मराठी रंगभूमीवर स्वत:चं एक अढळ स्थान निर्माण केलं. साठच्या दशकात त्यांचं आयुष्य मेडिकल

प्रॅक्टिस आणि आठवड्याच्या अखेरीला नाटकांचे प्रयोग असं धावपळीत सुरू होतं. मधल्या काळात ते उच्च शिक्षणासाठी इंग्लंड आणि कॅनडाला रवाना झाले. त्यानंतर काही काळ ते आफ्रिकेतील टांझानिया या देशातही होते. या सर्व काळात त्यांना मराठी रंगभूमीपासून आपण लांब आहोत, याची खंत जाणवत होती. इंग्लंडमध्ये त्यांनी अनेक नाटकांचे प्रयोग पाहिले. त्यांचं नाट्यविषयक चिंतन सतत सुरूच होतं. अखेरीस टांझानियाच्या 'किलिमांजारो' या पर्वतावर गिर्यारोहण करायला गेले असताना, त्यांना आपण पूर्णवेळ थिएटरच केलं पाहिजे, असा साक्षात्कार झाला. त्यानंतर ते तडक मुंबईला परतले आणि त्यांनी पूर्णवेळ नाटकाला वाहून घेण्याचा निर्णय घेतला. त्यांच्या सुदैवाने त्यांना रामकृष्ण नाईक यांच्या 'धी गोवा हिंदू असोसिएशन' या संस्थेकडून आमंत्रण आलं. नाटक होतं वि. वा. शिरवाडकर यांनी 'किंग लिअर' वरून साकारलेलं 'नटसम्राट'! या नाटकातील अप्पासाहेब बेलवलकर ही भूमिका डॉ. लागूंना प्रचंड आव्हानात्मक वाटली. त्यांनी तातडीने हे नाटक स्वीकारून तालमी सुरू केल्या. मुंबईच्या बिर्ला मातोश्री सभागृहात २३ डिसेंबर १९७० रोजी या नाटकाचा पहिला प्रयोग झाला आणि मराठी रंगभूमीवर खरोखरचा नवा 'नटसम्राट' अवतरला...

'नटसम्राट' नंतर व्ही. शांताराम यांनी डॉ. लागूंना आपला नवा चित्रपट करण्याची ऑफर दिली. हा चित्रपट होता 'पिंजरा'. हा चित्रपट १९७२ मध्ये प्रदर्शित झाला आणि लागूंची लोकप्रियता प्रचंड वाढली. आपल्या वैशिष्ट्यपूर्ण शैलीतील संवादफेक, उंचपुरं-देखणं व्यक्तिमत्त्व आणि भूमिकेवरची जबरदस्त पकड यामुळे डॉ. लागू लवकरच महाराष्ट्रातीलच नव्हे, तर देशातील प्रमुख रंगकर्मी ठरले. 'पिंजरा'पाठोपाठ डॉ. जब्बार पटेल यांच्या 'सामना' या चित्रपटात ते निळू फुलेंसारख्या जबरदस्त अभिनेत्यासमोर उभे ठाकले आणि हा 'सामना' भलताच रंगतदार ठरला. या चित्रपटाने इतिहास घडवला 'सामना'पाठोपाठ आलेल्या 'सिंहासन'मध्येही त्यांनी विश्वासराव दाभाडे या मंत्र्यांची भूमिका तडफेने साकारली. व्ही. शांताराम दिग्दर्शित 'पिंजरा' (१९७२) या चित्रपटाद्वारे डॉ. लागू यांनी चित्रपटात पहिलं पाऊल टाकलं. यात त्यांनी वठवलेली शिक्षक

ते तमाशाच्या फडावरचा एक उपरा पुरुष ही प्रवाही भूमिका लक्षणीय आहे, याचा प्रत्यय आजच्या चित्रपट रसिकांनाही येतो. 'पिंजरा'पाठोपाठ 'सामना', 'सिंहासन', 'सुगंधी कट्टा', 'मुक्ता', 'देवकीनंदन गोपाळा', 'झाकोळ', 'कस्तुरी', 'सोबती', 'पांढर', 'मसाला' वगैरे चित्रपटांत त्यांनी साकारलेल्या भूमिका त्यांच्या अभिनयामुळे लक्षात राहिल्या आहेत. अभिनयातील प्रगल्भता, भूमिकेला अभिप्रेत असणारा संयमीपणा, भावप्रकटीकरणातलं वैविध्य, संवाद कौशल्य... या अभिनयाला अपेक्षित असणाऱ्या गोष्टींचा तरतमभाव साधत व्यक्त होणारं

त्यांचं पडद्यावरचं रूप प्रेक्षकांना कमालीची मोहिनी घालत असे, याचा प्रत्यय त्यांच्या सर्वच चित्रपटांतील सर्वच भूमिका पाहताना आल्यावाचून राहत नाही, हे विशेष. 'घरोंदा', 'किनारा', 'इमान धरम', 'एक दिन अचानक' वगैरे हिंदी चित्रपटांतल्या त्यांच्या भूमिका स्मरणीय होत्या. डॉ. लागू यांनी 'गिधाडे', 'नटसम्राट', 'किरवंत' वगैरे काही नाटकं दिग्दर्शित केली, तर 'झाकोळ' (१९८०) या एकमेव मराठी चित्रपटाचं दिग्दर्शनही केलं. १९५१ पासून सुरू झालेल्या नाट्य व चित्रपट कारकीर्दीमध्ये जवळजवळ पन्नास वर्षांत डॉ. लागू यांना अनेक मानसन्मान मिळाले. त्यांमध्ये 'संगीत नाटक अकादमी'तर्फे तत्कालीन उपराष्ट्रपती जी. एस. पाठक यांच्या हस्ते १९७४ मध्ये मिळालेल्या पुरस्काराचा आवर्जून उल्लेख केला पाहिजे. त्याखेरीज भारत सरकारतर्फे १९७४ मध्ये 'पद्मश्री', महाराष्ट्र शासनातर्फे 'जीवनगौरव' पुरस्कार, २००० मध्ये मिळालेला 'पुण्यभूषण' पुरस्कार यांचाही उल्लेख करायला हवा. मराठी चित्रपटांसाठी त्यांना 'सुगंधी कट्टा', 'सायना' व 'भिंगरी' या चित्रपटांतील अभिनयासाठी 'फिल्मफेअर' पारितोषिकांनी गौरवलं होतं, तर 'घरोंदा' या हिंदी चित्रपटासाठी त्यांना साहाय्यक अभिनेत्याचा पुरस्कार मिळाला होता.

अभिनय करता करता त्यांनी विलक्षण सामाजिक भानही जपलं.

डॉ. नरेंद्र दाभोलकर, डॉ. बाबा आढाव, सदाशिव अमरापूरकर यांच्यासह त्यांनी महाराष्ट्रातील सामाजिक कार्यात मोलाचा वाटा उचलला. नव्वदच्या दशकात सामाजिक कार्यकर्त्यांच्या मदतीसाठी 'सामाजिक कृतज्ञता निधी' सुरू करण्याची कल्पना या दिग्गजांच्या मनात आली. त्यांनी आचार्य अत्रे यांच्या 'लग्नाची बेडी' या विनोदी नाटकाचे महाराष्ट्रभर प्रयोग करून, त्यातून पैसे उभे करून महाराष्ट्रातील सामाजिक कार्यकर्त्यांना आर्थिक बळ दिलं. 'परमेश्वराला रिटायर करा' हे त्यांचं वाक्य प्रचंड गाजलं. बुद्धिप्रामाण्यवादी, विवेकवादी डॉ. लागूंनी आपल्या तत्त्वांशी कधीही तडजोड केली नाही. 'सखाराम बाइंडर' आणि 'घाशीराम कोतवाल' या दोन्ही नाटकांच्या मागे ते खंबीरपणे उभे राहिले आणि अभिव्यक्ती स्वातंत्र्यासाठी कायमच लढा दिला. विजय तेंडुलकर यांचं 'गिधाडे' हे वेगळ्या वाटेवरचं नाटक रंगमंचावर आणण्याचं आणि त्याचे नेटाने प्रयोग करण्याचं श्रेयही निःसंशय त्यांचंच. श्याम मनोहर यांचं 'प्रेमाची गोष्ट?' आणि मकरंद साठे यांचं 'सूर्य पाहिलेला माणूस' या नाटकांतील अवघड भूमिका त्यांनी उतारवयातही मोठ्या ताकदीने केल्या. नव्या रंगकर्मींना आधार देण्याचं, बळ देण्याचं काम ते कायम करीत.

पुण्यातील नाटकाच्या कुठल्याही नव्या प्रयोगाला ते पत्नी दीपा श्रीराम यांच्यासह पहिल्या रांगेत हजर असत. मुलगा तन्वीर याच्या अपघाती निधनानंतर त्यांनी रंगकर्मींना प्रोत्साहन देण्यासाठी 'तन्वीर सन्मान' पुरस्कार सुरू केला. नव्वदी ओलांडल्यानंतरही ते वेताळ टेकडीवर नियमित चालायला जायचे. कर्वेनगर परिसरातील अनेकांना आपले 'दादा' सकाळी फिरताना दिसायचे. डॉ. लागू हे १७ डिसेंबर २०१९ रोजी वयाच्या ९२ व्या वर्षी आपल्याला सोडून गेले; पण आजही त्यांच्या भूमिका मनात ठसलेल्या आहेत. केवळ महाराष्ट्राचाच नव्हे, तर भारताचा एक प्रमुख रंगकर्मी, चित्रकर्मी व मराठी-हिंदी सिनेसृष्टीच्या या माणूसपण जगलेल्या डॉक्टर अभिनेत्याला मनापासून सलाम...

◆◆◆

अभिनयातला 'देव'

मराठी सिनेसृष्टीतील देव आनंद व 'प्रेझेंटेबल यंग मॅन' म्हणजेच अभिनयसम्राट रमेश देव...

रमेश देव

जन्म - ३०/०१/१९२९

मृत्यू - ०२/०२/२०२२

काही अभिनेते हे चित्रपटसृष्टीला लाभलेलं फार मोठं वरदान आहे असंच म्हणावं लागेल. 'प्रत्येकाला कोणी ना कोणी आदर्श असतो, ज्याच्याकडे पाहून आपण मोठं होण्याची स्वप्नं पाहतो.' अभिनयातील सम्राट कसा असावा, अभिनयात सहजता कशी असावी, अशा अनेक गोष्टी ज्यांच्याकडून शिकण्यासारख्या आहेत. ज्यांना करायला मिळालेल्या विविधांगी भूमिका आणि त्यांची त्या भूमिकेबद्दल असणारी प्रामाणिक लकब अनेकांना खूपच भावून गेली. ज्यांना या क्षेत्राचं लहानपणापासून कुतुहल आणि आकर्षण वाटत होतं. आपणही इतर अभिनेत्यांप्रमाणे असंच काहीतरी वेगळं करून दाखवायचं, की जेणेकरून प्रेक्षक आपल्याला ओळखतील, असं त्यांचं मत होतं. त्यामुळे अभिनयाकडे जे गंभीरपणे पाहायला लागले. ते 'नायक, खलनायक, चरित्र अभिनेता, निर्माता, दिग्दर्शक अशा विविध रूपांत यशस्वी ठरलेलं; मराठी तसंच हिंदी चित्रपटांत नावाजलेलं एक बहुरंगी व्यक्तिमत्त्व म्हणजेच चिरतरुण

अभिनेते रमेश देव'.

रमेश देव यांचा जन्म ३० जानेवारी १९२९ रोजी कोल्हापूर येथे झाला. ते मूळचे राजस्थान येथील जोधपूर या गावचे. त्यांचं घराणं ठाकूर आहे. राजर्षी शाहू महाराज यांच्यामुळे ते 'देव' झाले. एका न्यायालयीन कामकाजात रमेश देव यांच्या वडिलांनी महाराजांना मदत केली होती. त्या वेळी महाराज म्हणाले, 'तुम्ही ठाकूर नाही तर देव आहात'. तेव्हापासून देव हे नाव रूढ झालं. रमेश देव यांचे वडील पृथ्वीराज कपूर यांचे फॅन होते. एकदा ते छोट्या रमेशला पृथ्वीराज कपूर यांच्या सेटवर घेऊन गेले होते. त्या वेळी सेटवर काम करणाऱ्या छोट्या मुलाकडून दिग्दर्शकाचं समाधान होईना, तेवढ्यात त्यांचं लक्ष छोट्या रमेशकडे गेलं. त्यांनी विचारलं, 'बेटा तू काम करणार का?' छोट्या रमेशने होकार दिला व हेच त्यांचं चित्रपटसृष्टीतील पहिलं काम. मात्र त्यांनी लगेचंच अभिनयाची सुरुवात केली नाही. त्यांनी काही नाटकांमध्ये काम केलं. १९५१ मध्ये 'पाटलाची पोर' या चित्रपटात त्यांनी पहिल्यांदा भूमिका केली. कोल्हापूर हे कलाकारांचं शहर. या शहराने अनेक कलावंत चित्रपटसृष्टीला दिले. अभिनेते रमेश देव हे त्यांतीलच एक. त्यांच्याशिवाय मराठी व हिंदी चित्रपटसृष्टीचा इतिहासच पूर्ण होऊ शकत नाही, एवढं मोठं योगदान त्यांचं आहे. एक काळ तर असा होता, की रमेश देव आणि त्यांची पत्नी सीमा देव चित्रपटात असतील तर तो सुपरहिट होणार अशी खात्री असायची.

रमेश देव यांनी नायकाच्या भूमिका केल्याच; पण ते उठून दिसले ते खलनायकी भूमिकेत. 'भिंगरी' चित्रपटात त्यांनी साकारलेला खलनायक अविस्मरणीयच. मराठीत यापूर्वी खलनायक रूबाबदार असू शकतो ही संकल्पनाच नव्हती. रमेश देव यांनी खलनायकी भूमिकेला ग्लॅमर मिळवून दिलं. तरीही त्यांनी स्वतःला विशिष्ट परिघात अडकवून न घेता चौफेर मुशाफिरी केली. त्यांनी नायक, सहनायक, चरित्र अभिनेता ते खलनायक अशा सर्वच भूमिका केल्या. निर्माता, दिग्दर्शक अशा विविध प्रांतांतही ठसा उमटवला. त्यांचा 'सर्जा' हा ऐतिहासिक पार्श्वभूमी असलेला चित्रपट चांगलाच गाजला. अनेक हिंदी चित्रपटांतही त्यांनी उत्तमोत्तम भूमिका केल्या. ऋषिकेश मुखर्जींच्या

'आनंद' चित्रपटात राजेश खन्नाचा डॉक्टर मित्र खरोखरीच मनापासून रंगवला. त्यांच्या या भूमिकेला दादही मिळाली. रमेश देव या व्यक्तीमध्ये उत्कृष्ट नायक होण्यासाठी लागणारं सौंदर्य, मेहनत, अभिनय कौशल्य अशा सर्वच गोष्टी आहेत.

रमेश देव व त्यांच्या पत्नी सीमा देव यांची जोड़ी अनेक चित्रपटांमध्ये दिसली आहे. या जोडीने अनेक चित्रपटांत नायक व नायिका या भूमिकेत काम केलं आहे. 'दोस्त असावा तर असा', 'भिंगरी' हे त्यांचे चित्रपट गाजले. स्वतःच्या

निर्मिती संस्थेद्वारे त्यांनी 'सर्जा' हा चित्रपट काढला. त्यांचे चित्रपट हे प्रेरणादायी असत. चित्रपटात काम करताना त्यांनी नेहमीच खुशमिजाज, आशादायी व्यक्तिमत्त्वे साकारली आहेत " देवघर, भिंगरी, भैरवी, आधी कळस मग पाया, बाप माझा ब्रह्मचारी, एक धागा सुखाचा, क्षण आला भाग्याचा, प्रेम आंधळ असतं, सोनियाची पाऊले, आंधळा मागतो एक डोळा, येरे माझ्या मागल्या, आलिया भोगासी, आई मला क्षमा कर, राम राम पाव्हणं, अवघाची संसार, पसंत आहे मुलगी, यंदा कर्तव्य आहे, साता जन्माचे सोबती, जगाच्या पाठीवर, आलंय दर्याला तुफान, दोस्त असावा तर असा, जेता" अशा अनेक मराठी चित्रपटांमधून त्यांनी रंगविलेल्या भूमिका रसिकांच्या मनावर आजही भुरळ घालतात. त्यांचा साधेपणा, एक साधी सरळ स्माईल, प्रेमळ स्वभाव आणि अभिनयातली सहजता या सर्व गोष्टी रसिकप्रिय आहेत. खलनायक कसा रुबाबदार असू शकतो हे त्यांनी दाखवून दिलं. त्यांच्या डोळ्यांतील तेज अभूतपूर्व होतं. त्यांनी

हिंदी चित्रपटसृष्टीतील अनेक दिग्गज कलाकारांसमवेत काम केलं. हिंदीमध्ये त्यांनी 'मोहब्बत इसको कहते है, लव्ह अन्ड मर्डर, जीवन मृत्यू, जादू टोना, जनम जनम का साथ, भोलाभाला, दादा, सरस्वतीचंद्र, दहशत, खुद्दार, दौलत, निश्चय व कानून कानून है' अशा अनेक चित्रपटांमधून त्यांनी आपल्या अभिनयाचे चौफेर रंग दाखविले.

अभिनयाच्या क्षेत्रात अनेक जण आपले पाय रोवू पाहतात. त्यातले सगळेच यशस्वी होतात, असं नाही. त्यांच्या वेळी अभिनयाकडे करिअरसाठीचं क्षेत्र म्हणून पाहिलं जात नव्हतं. असं असूनही घरच्यांनी या क्षेत्रात जाण्यासाठी रमेश देव यांना पाठिंबा दिला. अभिनयात करिअर करत असताना चित्रपटसृष्टीच्या अफाट महासागरात आपला मुलगा कितपत तग धरेल, अशी चिंता त्यांच्या पालकांना वाटत होती; कारण त्यांच्या घरी अभिनयाचा कोणताही वारसा नव्हता, तरीही रमेश देव यांच्या वडिलांनी नेहमीच त्यांना प्रोत्साहन दिलं

आणि आत्मविश्वासही दिला. 'रमेश देव' यांना वास्तववादी कामं करायला आवडत. दिलेल्या भूमिकेत ते थेट घुसत. त्यामुळेच ते त्या त्या भूमिकांना योग्य न्याय देत. कुठल्याही भूमिकेबद्दल सांगायचं ठरलं तर, 'एखाद्या भूमिकेत आपण मनापासून शिरलं की सगळं आपोआप जमतं. फक्त आपली आपल्या कामावर श्रद्धा हवी'. अभिनयाची उपजत आवड, असल्यामुळे अभिनयाच्या क्षेत्रात रमेश देव यांनी स्वतःचं एक वेगळं स्थान निर्माण केलं, उत्तमोत्तम भूमिका साकारल्या.

जिद्द व मेहनतीच्या भरवशावर अभिनेता म्हणून प्रस्थापित होऊन

त्यांनी एकाहून एक सरस चित्रपट दिले व आपल्या अभिनयाने प्रेक्षकांच्या हृदयात कायमचं स्थान मिळविलं. रमेश देव यांनी 'प्यार के दो नाम एक राधा एक श्याम', 'डोली सजा के' यांसारख्या काही हिंदी मालिकांमध्ये ही काही वर्षांपूर्वी अभिनय केला होता. अनेक मराठी व हिंदी चित्रपटसृष्टीतील त्यांची कारकीर्द चांगलीच गाजलेली आहे. सहजसुंदर अभिनयसम्राट, रुबाबदार अभिनेता, निर्माता, दिग्दर्शक रमेश देव हे २ फेब्रुवारी २०२२ रोजी सर्व रसिकांच्या काळजाला चटका लावून काळाच्या पडद्याआड गेले. त्यांच्या संपूर्ण कारकीर्दीला मनापासून सलाम....

वास्तव नटश्रेष्ठ कलावंत.....

राजबिंडं व्यक्तिमत्त्व, प्रसन्न चेहरा आणि उमदा अभिनय यांचा एकत्र संगम म्हणजेच नटश्रेष्ठ श्रीकांत मोघे

श्रीकांत मोघे

जन्म - ०६/११/ १९२९

मृत्यू - ०६/०३/२०२१

महाराष्ट्र राज्य स्थापनेच्या अल्याड-पल्याड ज्या कलावंतांनी सांस्कृतिक महाराष्ट्र घडवला, मध्यमवर्गीयांच्या अभिरुचीला आकार दिला, त्या लेखक-दिग्दर्शक-कलावंतांच्या मांदियाळीतील एक अस्सल मोहरा म्हणजे हा हरहुन्नरी अभिनेता. शहरी-ग्रामीण दोन्ही परिवेषात सारखेच खुलून दिसणारे; स्वच्छ भाषा, स्पष्ट शब्दोच्चार आणि अभिनयात बौद्धिक चमक असलेले असं त्यांचं व्यक्तिमत्त्व होतं. ग्रामीण चित्रपट मागे सरून शहरी मध्यमवर्गाला रुचली असे चित्रपट येऊ लागले, त्याच काळात नेमका हा कलावंत चित्रपटसृष्टीत आला आणि देखण्या नायकांच्या पंक्तीत जाऊन बसला. 'प्रपंच'पासून 'सिंहासन' पर्यंत विविध प्रकारच्या चित्रपटांमध्ये त्यांनी विविध पद्धतीच्या भूमिका केल्या. मात्र, तरीही त्यांची खरी आणि ठसठशीत ओळख ही रंगभूमीवरील अभिनेता अशीच झाली. पन्नासहून अधिक नाटकांत त्यांनी विविधरंगी व्यक्तिरेखा साकार केल्या. गंभीर आणि गमतीदार या दोन्ही प्रकृतीचा अभिनय ते सारख्याच ताकदीने करीत असत. प्रायोगिक-आधुनिक

रंगभूमीपासून ते ऐतिहासिक बाजाच्या नाटकापर्यंत सर्वत्र त्यांचा संचार असे. चित्रपट-नाटकांमधून अशा अनेक संस्मरणीय व्यक्तिरेखा रंगविल्यावरही वसंत कानेटकर यांचं 'लेकुरे उंदड झाली' आणि पुलंचं 'वाऱ्यावरची वरात' ही दोन नाटकं या कलाकाराच्या कलाकौशल्याचा कळस म्हणून ओळखली जातात. गद्य-पद्याचा अफलातून आविष्कार असलेल्या पुलंच्या 'वाऱ्यावरची वरात' या नाटकातील बोरटाके गुरुजी ही व्यक्तिरेखा आणि त्यातलं दिलखेचक, शैलीदार नृत्य ही तर केवळ याच कलावंताची मिरासदारी राहिली आहे. त्यांना त्या काळातही 'रिप्लेसमेंट' नव्हती आणि भविष्यातही ती शक्य होणार नाही. रंगभूमी आणि चित्रपट क्षेत्रात अर्धशतकाहून अधिक काळ रसिकांवर आपल्या सहजसुंदर अभिनयाचा ठसा उमटवणारे असे हे दिग्गज अभिनेते म्हणजेच नटश्रेष्ठ श्रीकांत मोघे....

स्वातंत्र्यपूर्व काळात सातारा जिल्ह्यातील 'किर्लोस्करवाडी' इथे श्रीकांत राम मोघे यांचा जन्म ६ नोव्हेंबर १९२९ रोजी झाला. रंगभूमी, चित्रपट व दूरदर्शन या तिन्ही माध्यमांतील त्यांचा अभिनयकुशल प्रवास विविधांगी आहे. शब्दोच्चार आणि भूमिकेचं सादरीकरण या त्यांच्या खास अंगभूत गुणांनी नाट्य आणि चित्रपटसृष्टीवर आपला ठसा उमटवला. श्रीकांत मोघे यांचे वडील राम गणेश मोघे, त्यांची आई विमला राम मोघे, सुधीर आणि हेमा या दोन धाकट्या भावंडांसमवेत किर्लोस्करवाडी इथे त्यांचं बालपण गेलं. 'किर्लोस्करवाडी हायस्कूल'मध्ये दहावीपर्यंत त्यांचं शिक्षण झालं. वडील किर्लोस्कर कंपनीमध्ये नोकरी करत; पण कीर्तनकार म्हणूनही ते सुपरिचित होते. यामुळे संगीत, अभिनय, शब्दांमधील नादमयता, आवाज लावण्याची पद्धत या गोष्टी नकळतपणे त्यांच्या ठायी भिनत गेल्या. बालवयात श्रीकांत मोघे यांना कुस्तीचाही शौक होता, त्यासाठी त्यांना औंध संस्थानतर्फे इनामही मिळाले आहे. शालेय शिक्षणानंतर सांगलीच्या विलिंग्डन महाविद्यालयात त्यांनी प्रवेश घेतला. त्यानंतर पुण्याच्या स. प. महाविद्यालयातून विज्ञान शाखेची पदवी प्राप्त केली. या काळात आकाशवाणी पुणे केंद्रावर एकांकिका, काव्यवाचन, भावगीतगायन अशा प्रांतात त्यांची मुशाफिरी सुरू होती. पदवीनंतर

वर्षभरासाठी त्यांनी किर्लोस्करवाडीला नोकरी केली. त्याच सुमारास व्ही. शांताराम यांनी श्रीकांत मोघे यांना 'शाहीर प्रभाकर' या चित्रपटासाठी निवडलं, पण त्या चित्रपटात त्यांनी काम केलं नाही. पु. ल. देशपांडेलिखित 'अंमलदार' या नाटकात शरद तळवलकरांनी त्यातील मुख्य भूमिकेसाठी त्यांना प्रोत्साहन दिलं. दरम्यान श्रीकांत मोघे यांनी आकाशवाणी दिल्ली केंद्रावरून मराठी बातम्या देण्यासाठी नोकरीनिमित्त दिल्लीला प्रस्थान केलं. १९५६ मध्ये मामा वरेरकरांच्या 'अपूर्व बंगाल' या नाटकासाठी 'सर्वोत्कृष्ट अभिनेता' म्हणून महाराष्ट्र राज्य नाट्यस्पर्धेत त्यांना पारितोषिक मिळालं. त्याआधी त्यांनी गोवा मुक्ती संग्रामात आकाशवाणीसाठी जितेंद्र अभिषेकी यांची गीतं गायली.

पुणे व मुंबईत महाविद्यालयीन शिक्षण घेत असताना ख्यातनाम नाटककार भालबा केळकर यांच्या 'बिचारा डायरेक्टर' या नाटकाचं मोघेंनी

दिग्दर्शन केलं. लग्नाची बेडी, अंमलदार अशी नाटकं त्यांच्या बहारदार अभिनयाने गाजली. त्यांनी ६० हून अधिक नाटकं आणि ५० हून अधिक चित्रपटांमध्ये भूमिका केल्या. एकेकाळी मराठी रंगभूमी आणि चित्रपट क्षेत्रात 'चॉकलेट हिरो' अशी प्रतिमा असलेले नायक म्हणून श्रीकांत मोघे यांच्याकडे पाहिलं जायचं. त्यांच्या तरुणपणाच्या काळात त्यांची हिंदी, उर्दू व पंजाबी या भाषांची जाण वाढली. त्यांनी दिल्लीतील विविध नाट्यसंस्थांच्या हिंदी प्रयोगांत काम करण्यास सुरुवात केली. नवी दिल्ली येथील 'साँग अँड ड्रामा डिव्हिजन'च्या 'मिट्टी की गाडी' या नाटकातील सूत्रधाराची भूमिका केली. त्यानंतर 'और

भगवान देखता रहा' या नाटकातील त्यांच्या भूमिकेचं कौतुक झालं. दोन-अडीच वर्षांच्या दिल्लीतील वास्तव्यानंतर आर्किटेक्ट होण्याचं स्वप्न पाहून १९६२ मध्ये ते मुंबईत आले. स्थापत्यशास्त्राचं शिक्षण घेतानाच रंगभूमीवर आणि चित्रपटांतून त्यांचा वावर स्वाभाविक राहिला. पु. ल. देशपांडे यांच्या 'वाऱ्यावरची वरात' या १९६२ मध्ये आलेल्या नाटकातील त्यांच्या भूमिकेची खूप प्रशंसा झाली. मराठी रंगभूमीवरचा त्यांचा आलेख चढता राहिला. 'तुझे आहे तुजपाशी', 'सीमेवरून परत जा', 'नवी कहाणी स्मृती पुराणी', 'संकेत मिलनाचा', 'अजून यौवनात मी', 'अशी पाखरे येती', 'अश्वमेध', 'गारंबीचा बापू', 'मन पाखरू पाखरू', 'लेकुरे उदंड झाली', 'कथा कुणाची व्यथा कुणा', 'साक्षीदार' अशा कितीतरी आशयघन नाटकांतील दर्जेदार भूमिका त्यांच्या वाट्याला आल्या. शब्दोच्चारातील स्पष्टता, संवादाची फेक, तीव्र स्मरणशक्ती आणि रंगमंचावर वावरण्याची सहजता, तसंच त्या त्या भूमिकेतील समरसता यामुळे त्यांच्या भूमिका लक्षणीय ठरल्या. त्या दरम्यान, चित्रपटांमधूनही काम करण्याकडे रंगभूमीवरील कलाकारांचा कल होता. चित्रपटसृष्टीमध्ये राजा परांजपे, ग. दि. माडगूळकर, राम गबाले, कमलाकर तोरणे यांसारखी मंडळी निरनिराळ्या विषयांवर उत्तम चित्रपटनिर्मितीसाठी धडपडत होती. मोघे यांना अशाच गुणी मंडळींबरोबर चित्रपटांमध्ये संधी मिळाली. १९६१ मध्ये 'प्रपंच' या त्यांच्या पहिल्या चित्रपटात त्यांनी सीमा देव, रमेश देव, अमर शेख, सुलोचना या सहकलाकारांसमवेत 'शंकर' या नायकाची भूमिका केली. उत्तम ग्रहणशक्ती, उपजत अभिनयकौशल्याला अधिकाधिक प्रगल्भ करत अभिनयाचे धडे घेत श्रीकांत मोघे यांचा सिनेसृष्टीतील प्रवास सुरू राहिला.

'माझी आनंदयात्रा' या एकपात्री हास्य कार्यक्रमाचे महाराष्ट्रभर प्रयोग करणारे श्रीकांत मोघे यांचा मूळ पिंड कलाकाराचा आहे. त्यांच्या जडणघडणीत किर्लोस्करवाडीचा खूप मोठा वाटा आहे. त्यांचे वडील तसंच पु. ल. देशपांडे यांचा त्यांच्यावर प्रभाव आहे, तसंच टिळक-आगरकर, सावरकर यांच्या मूलगामी विचारसरणीचा प्रभावही आहे. शिक्षणामुळे मिळालेली सुशिक्षितता व सुसंस्कार यांनी त्यांची अभिनयकला टवटवीत राहिली. 'नंदिनी', 'निवृत्ती

ज्ञानदेव', 'मधुचंद्र', 'शेवटचा मालुसरा', 'आम्ही जातो अमुच्या गावा', 'जिव्हाळा', 'अन्नपूर्णा', 'दैव जाणिले कुणी', 'अनोळखी', 'पारध', 'या सुखांनो या', 'कैवारी', 'उंबरठा', आव्हान', 'जानकी', 'भन्नाट भानू', 'हा खेळ सावल्यांचा' अशा जवळपास चाळीस लोकप्रिय चित्रपटांमध्ये त्यांनी नायक, खलनायक किंवा चरित्र अभिनेत्याच्या भूमिका अतिशय ताकदीने रंगवल्या. 'तू तिथं मी' हा त्यांचा शेवटचा चित्रपट होता. नाटक आणि चित्रपट असा दुहेरी प्रवास सुरू असतानाच संगीतकार आणि चित्रपट निर्माते पांडुरंग दीक्षित यांच्या पुतणीशी, म्हणजे डॉ.

शोभना यांच्याबरोबर १९७४ मध्ये त्यांचा विवाह झाला. श्रीकांत मोघे यांनी गजानन जहागीरदार यांच्याबरोबर 'स्वामी' या दूरदर्शनवरून प्रसारित होणाऱ्या व अफाट लोकप्रियता मिळालेल्या मालिकेची निर्मिती आणि दिग्दर्शन केलं. याशिवाय 'मशाल', 'भोलाराम', 'युग' या हिंदी आणि 'अवंतिका' या मराठी मालिकेमध्येही त्यांचा सहभाग होता. बहुआयामी व्यक्तिमत्त्व लाभलेल्या श्रीकांत मोघे यांच्या चाळीस वर्षांहून अधिक काळ अभिनयक्षेत्राच्या वाटचालीत त्यांना अनेक सन्मान प्राप्त झाले. महाराष्ट्र राज्य नाट्यस्पर्धेमध्ये 'अपूर्व बंगाल' या नाटकासाठी सर्वोत्कृष्ट अभिनेता म्हणून त्यांना सन्मानित करण्यात आलं. 'अंमलदार' नाटकासाठी 'वाळवेकर ट्रॉफी'ने त्यांचा गौरव करण्यात आला. रंगभूमीवरील योगदानासाठी त्यांना 'नानासाहेब फाटक स्मृती पारितोषिक', 'केशवराव दाते पुरस्कार', 'काशिनाथ घाणेकर पुरस्कार' प्राप्त झाले. मराठी चित्रपटसृष्टीतील प्रदीर्घ योगदानासाठी २००६ मध्ये महाराष्ट्र राज्य सांस्कृतिक पुरस्काराने त्यांना सन्मानित करण्यात आलं.

१९६० ते ७० च्या दशकात मराठी रंगभूमी आणि मराठी सिनेमाच्या रुपेरी पडद्यावरील देखणा आणि रुबाबदार नट आणि भारदस्त व्यक्तिमत्त्व

म्हणून श्रीकांत मोघे यांचं नाव घ्यावं लागेल. अशा या गुणी अभिनेत्याला महाराष्ट्र राज्य सांस्कृतिक पुरस्कार, केशवराव दाते स्मृती पुरस्कार, डॉ. काशिनाथ घाणेकर स्मृती पुरस्कार इत्यादी पुरस्कारांनी सन्मानित केलं गेलं. २०१२ मध्ये सांगली इथे पार पडलेल्या नाट्यसंमेलनाचं अध्यक्षपदही श्रीकांतजींनी भूषवले. आज त्यांचा हा अभिनय वारसा त्यांचा मुलगा शंतनु मोघे समर्थपणे पुढे नेत आहे. पुलंच्या 'तुझे आहे तुजपाशी' या नाटकाने या कलाकाराला प्रथम अभिनेता म्हणून ओळख मिळवून दिली होती. पुढे पुलंच्या या नाटकासह 'सुंदर मी होणार', 'अंमलदार' या नाटकांमधूनही त्यांनी भूमिका केल्या. या नाट्यमुशाफिरीतून त्यांना पुलंचा सहवास दीर्घकाळ आणि सातत्याने लाभला. हे संचित त्यांनी 'मला उमजलेले पुलं' या सुंदर कार्यक्रमातून प्रेक्षकांपुढे ठेवलं. आपले बंधू कविवर्य सुधीर मोघे यांच्या कविताही त्यांनी रंगमंचावर सादर केल्या. मराठी संस्कृतीच्या सर्व अंगांबद्दल मनपासून आस्था असलेला, तिला अधिक संपन्न करणारा एक श्रेष्ठ कलावंत मात्र आता काळाच्या पडद्याआड गेला आहे. हसतमुख चेहऱ्याने प्रत्येकाचं स्वागत करणारे आणि प्रत्येकाशी जिव्हाळ्याने संवाद साधणारे मोघे काही वर्षांपासून आजारी होते. व्याधींमुळे त्यांना व्हीलचेअरमधून फिरावं लागायचं. अशाही परिस्थितीत नाउमेद न होता ते सभा-सोहळ्यांना आवर्जून हजेरी लावून वातावरण प्रफुल्लित करायचे. विविध क्षेत्रांत मुशाफिरी करताना ते पैलू आपल्या अनेकविध भूमिकांतून प्रत्ययास आणून देणाऱ्या या दिग्गज कलावंताला मनापासून सलाम....

◆◆◆

भूमिका जगणारा अस्सल कलाकार.....

निळू फुले

जन्म - ०४/०४/ १९३०

मृत्यू - १३/०७/२००९

पांढरा पायजमा आणि वर झब्बा, खांद्यावर कापडी झोळी असा साधा पोशाख असणारे, सामाजिक चळवळीत सक्रिय सहभाग नोंदवणारे व जबराट शब्दफेक, भेदक नजर, उत्तम देहबोली हे सर्व त्या पाताळयंत्री, मग्रूर खलनायकाच्या भूमिकेत जीव ओतून काम करणारे अभ्यासू व्यक्तिमत्त्व म्हणजेच अभिनयसम्राट निळूभाऊ फुले.

सातारा-पुणे रस्त्यावर खंबाटकी घाटाच्या अलीकडे गेली १० वर्षं एका कलाकाराचा फोटो रस्त्याच्या कडेला आहे आणि त्या खाली लिहिलं आहे 'मोठा माणूस!' 'मोठा अभिनेता' यापेक्षाही 'मोठा माणूस' ही या कलाकाराची ओळख देखणी आणि खरी आहे. डोक्यावर तिरपी पांढरी गांधी टोपी, भेदक नजर, धोतराचा सोगा हातात धरलेला आणि तोंडाचा चंबू करून बेरकीपणाने हुंकारत हा कलावंत बोलत असे. ती त्यांची 'स्टाइल' होती. अनेक मिमिक्रीवालेसुद्धा त्यांची एवढीच नक्कल करतात. चित्रपटांतून दिसणारा हा कलाकार मी

लहानपणापासून पाहतच होतो. त्यांच्याविना कुठलाही मराठी चित्रपट पूर्णच होऊ शकत नव्हता. नायक, खलनायक, चरित्र अभिनेता या प्रकारच्या भूमिका त्यांनी केल्या असल्या, तरीदेखील 'खलनायक' म्हणून ते ठळकपणे आपल्या लक्षात राहतात. त्यांनी साकारलेला 'खलनायक' एवढा जिवंत वाटायचा की, स्त्रीवर्ग तर अक्षरशः त्यांच्या नावाने बोटं मोडायचा. एका मराठी तंत्रज्ञाने या कलाकाराला घरी जेवायला बोलावलं होतं. त्या वेळी त्या तंत्रज्ञाच्या आईने, 'असल्या नालायक माणसाला मी जेवायला वाढणार नाही,' असं म्हणून त्यांना जेवणही नाकारलं होतं, ही त्यांच्या भूमिकेची ताकद होती. सोशल मीडियाच्या जमान्यातही प्रेक्षक त्यांचे संवाद विसरलेले नाहीत. चित्रपटात धोतर-सदरा, पायात कोल्हापुरी चपला व डोक्यावर गांधी टोपी अशा वेशात त्यांची एंट्री झाली की प्रेक्षक शिट्ट्या आणि टाळ्या वाजवत, तर बायका 'मुडदा बशविला याचा' म्हणून त्यांच्या नावाने कडकडा बोटं मोडत. मराठी चित्रपटसृष्टीत अनेक प्रवाह आले, नटांच्या पिढ्या बदलल्या; पण सगळ्या प्रवाहांमध्ये आपल्या निराळ्या व जबर संवादफेकीसाठी ओळखले जाणारे मराठी चित्रपटातील अमिताभ बच्चन म्हणजे अनभिषिक्त अभिनयसम्राट निळू फुले.

ज्येष्ठ अभिनेते निळू फुले यांचं मूळ नाव 'निळकंठ कृष्णाजी फुले'. 'निळूभाऊ' या नावाने सुपरिचित. त्यांचा जन्म पुणे येथे झाला. त्यांचे वडील पुणे येथेच लोखंड आणि भाजी विकून मिळणाऱ्या पैशांवर चरितार्थ चालवत असत. निळू फुलेंचं शिक्षण मॅट्रिकपर्यंत झालं. उद्यानविषयक पदविकाही त्यांनी मिळविली. मात्र त्यांना अभिनयाची किशोरवयापासूनच विलक्षण आवड होती. आपल्या ऐन तारुण्यात त्यांनी पुणे येथील 'आर्म्ड फोर्सेस मेडिकल कॉलेज'च्या उद्यानात माळी म्हणून काम केलं. याच सुमारास त्यांचा राष्ट्र सेवा दलाशी संबंध आला. आपल्या दरमहा ८० रुपये पगारातील दहा रुपये ते दरमहा राष्ट्र सेवा दलाच्या कार्यासाठी देत. राष्ट्र सेवा दलाच्या कलापथकात त्यांनी काम केलं. या वेळी वसंत बापट, पु. ल. देशपांडे या दिग्गजांशी त्यांचा संपर्क आला. खरंतर त्यांना माळी म्हणूनच पुढे कार्य करावयाचं होतं त्यासाठी ते स्वतःची रोपवाटिका (नर्सरी) सुरू करण्याच्या विचारात होते; परंतु घरची परिस्थिती

बेताची असल्याने पुरेशा भांडवलाअभावी त्यांना हा विचार सोडून द्यावा लागला. राष्ट्र सेवा दलात कार्य करीत असताना त्यांना वाचनाची गोडी लागली. रवींद्रनाथ टागोरांच्या साहित्याने ते प्रभावित झाले. याच काळात त्यांनी 'उद्यान' हे नाटकही लिहिलं होतं. १९५७ च्या लोकसभा निवडणुकीत त्यांनी राष्ट्र सेवा दलाच्या कलापथकासाठी 'येरा गबाळ्याचे काम नोहे' हा वग लिहिला. या वगाच्या सादरीकरणाने त्यांना प्रसिद्धी तर मिळालीच; शिवाय त्यांच्या अभिनय कौशल्याची चुणूक इतरांना जाणवली. त्यानंतर पु. ल. देशपांडे यांच्या 'पुढारी पाहिजे' या नाटकात 'रोंगे'ची भूमिका साकारून त्यांनी सगळ्यांचं लक्ष वेधून घेतलं.

'कथा अकलेच्या कांद्याची' या वगनाट्यातील भूमिकेमुळे ते खऱ्या अर्थाने कलाकार म्हणून पुढे आले. या लोकनाट्याचे मराठी रंगभूमीवर दोन हजारांहून अधिक प्रयोग झाले. या नाटकामुळे त्यांना 'एक गाव बारा भानगडी' या मराठी चित्रपटात भूमिका मिळाली व त्यांचं चित्रपटसृष्टीत पदार्पण झालं. या चित्रपटात त्यांनी साकारलेली 'झेले अण्णा' ही विनोदी खलनायकाची भूमिका अत्यंत गाजली. त्यांच्या नाट्य-कारकीर्दीत विजय तेंडुलकर लिखित 'सखाराम बाइंडर' या नाटकातली त्यांची खलनायकी ढंगाची भूमिका विलक्षण प्रभावी

ठरली. या नाटकाचं, त्यातील आशयाचं आणि निळू फुले यांच्या भूमिकेचं समीक्षकांनी स्वागत केलं. 'पुढारी पाहिजे, बिन बियाचे झाड, कुणाचा कुणाला मेळ नाही, कथा अकलेच्या कांद्याची, लवंगी मिरची कोल्हापूरची, मी लाडाची मैना तुमची, राजकारण गेलं चुलीत' यांसारख्या लोकनाट्यांमधून त्यांनी भूमिका केल्या. ही सर्वच लोकनाट्यं त्या काळात गाजली. सलग ४० वर्षं ते

चित्रपटसृष्टीत व रंगभूमीवर सक्रिय होते. आपल्या कारकीर्दीत त्यांनी १४० हून अधिक मराठी चित्रपटांमधून व १२ हिंदी चित्रपटांतून भूमिका केल्या आहेत. त्यांच्या भूमिकांपैकी 'सामना, सिंहासन, शापित, पिंजरा, पुढचं पाऊल' यांतील भूमिका विशेष लक्षणीय मानल्या जातात. सामना चित्रपटातील 'हिंदूराव धोंडे पाटील' ही व्यक्तिरेखा साकारून निळूभाऊंनी खलनायकाची स्वतंत्र शैली निर्माण केली. त्यांची जरब-युक्त शब्दफेक, भेदक नजर, देहबोली हे सर्व त्या पाताळयंत्री, मग्रूर भूमिकेसाठी पूरक ठरलं. या व्यतिरिक्त सोंगाड्या, पिंजरा, हऱ्या नाऱ्या झिंदाबाद, वरात, भिंगरी, जैत रे जैत, नाव मोठं लक्षण खोटं, पटली रे पटली , एक होता विदूषक' आदी मराठी चित्रपटांतील; तसंच 'सारांश, मशाल, प्रेम प्रतिज्ञा, कुली, दिशा, नरम गरम' आदी हिंदी चित्रपटांमध्ये त्यांनी केलेल्या भूमिका लोकप्रिय ठरल्या. त्यांनी भूमिका केलेल्या काही प्रमुख नाटकांमध्ये 'सूर्यास्त, सखाराम बाइंडर, जंगली कबुतर, बेबी, रण दोघांचे' ही नाटकंही लोकप्रिय ठरली. मराठीसोबतच निळू फुलेंनी हिंदी चित्रपटसृष्टीतही काही भूमिका साकारल्या, 'कुली' चित्रपटात त्यांनी साकारलेली अमिताभ बच्चनच्या मामाची भूमिका ही त्यापैकीच एक. हिंदी भाषेशी जुळवून घेता न आल्याने आपण तेथं फार रमलो नाही असं ते म्हणत. इतरही काही हिंदी चित्रपटांतून त्यांनी भूमिका साकारल्या तरी त्यांची ओळख मराठी चित्रपटाचे कलाकार अशी राहिली.

निळू फुलेंना वाचनाची प्रचंड आवड होती. एकदा पुस्तक हातात घेतलं की ते त्याच दिवशी संपवायचं असा त्यांचा हट्टाहास असायचा. वाचनाच्या आवडीमुळेच त्यांच्यातील कलावंतामध्ये अभिनयाची ही प्रगल्भता आणि सहजता आली असावी. अभिनयाची जी उंची 'निळू फुले' यांना गाठता आली, तिथवर कुणीही पोहोचू शकलं नाही. निळूभाऊ जिथं जिथं चित्रीकरणासाठी जात, तिथं माणसांचं मोहोळ गोळा होई. शूटिंगच्या काळात निळूभाऊंना 'पाहायला' येणाऱ्यांमध्ये अनेक जण असायचे. कोल्हापूरच्या स्टुडिओबाहेर एक पापडविक्रेता हा त्यांपैकीच एक. तो चित्रीकरणादरम्यान तासन्‌तास येऊन निळूभाऊंना पाहत बसायचा. तो तसा बसला तर त्याचा धंदा

कसा होणार, याचा विचार निळूभाऊ करायचे. त्याला अधिक झळ बसू नये म्हणून ते स्वत: त्याच्याकडून पापड विकत घेत असत. सतत येऊन येऊन त्याची निळूभाऊंशी ओळख झालेली. पापड विकत घेता घेता मग कधी कधी ते त्याच्याबरोबर जेवणाचा आस्वादही घेत. आपलं शूटिंग पाहायला आलेल्या सामान्य माणसाच्या ताटास ताट लावून बसणाऱ्या निळूभाऊंना खऱ्या अर्थाने 'माणूसवेडा' म्हणता येईल. कोल्हापूरच्या जयप्रभा स्टुडिओत शूटिंगच्या काळात अनेक रसिक अन् तितकेच बघे त्यांना 'बघायला' जायचे! अशाच एका दिवशी कॉलेजची दोन तरुण पोरं स्टुडिओत घुसली. विनाकारण सेटवर घुसून वेळेचा अपव्यय करणारी ही आगंतुक पोरं म्हणजे एक व्याप होता. ते दोन तरुण सेटवर घुसल्याचं कुणाच्या तरी लक्षात आल्यानंतर त्यांनी त्या दोघांना हाकलण्यासाठी आवाज दिला, मात्र ते तरुण जायला तयार होत नव्हते. 'आम्ही निळू फुलेंना भेटायला आलो आहोत,' असं त्यांनी सांगितलं. तेवढ्यात निळूभाऊ शॉट आटोपून आले, त्यांनी त्यांची आस्थेने चौकशी केली. 'काय शिकताय?', 'कितवीत आहात?', 'कोणती पुस्तकं वाचताय?' असे वेगळेच सवाल केले. शूटिंग पाहून झाल्यावर त्यांना माघारी पाठवलं. त्यातला एक तरुण नंतर त्यांचा मित्र झाला, तोच पुढे जाऊन आपला 'पानिपत'कार विश्वास पाटील झाला. अशी जादू निळू भाऊंच्या अभिनयाची होती.

चित्रपटांतल्या भूमिकांनी निळू फुले देशभर पोहोचले असले तरी नाटक हीच त्यांची मूळ आवड आहे. 'नाटक करताना मजा येते', असं ते म्हणायचे. नाटक करताना सावधगिरी बाळगावी लागते. तुमच्या प्रत्येक संवादावर लगेचंच प्रतिक्रिया उमटण्याची शक्यता असते. तिथंच खऱ्या अभिनेत्याची कसोटी लागते, असं ते म्हणत. मराठी चित्रपटातील गावचा पाटील असो, नाही तर सरपंच, आजही ज्येष्ठ अभिनेते निळू फुले यांच्याशिवाय ती भूमिका कोणी ताकदीने साकारू शकेल, असं वाटत नाही. 'नामदेव शिंपी'नंतर त्यांनी प्रकृती अस्वास्थ्यामुळे चित्रपटात काम करायचं नाही, असं ठरवलं होतं. पण निर्माते आणि दिग्दर्शकांच्या आग्रहास्तव काही आश्वासनं ते पूर्ण करीत राहिले. २००९ चा 'गोष्ट छोटी डोंगराएवढी' हा त्यांचा शेवटचा

चित्रपट. संपूर्ण चित्रपटात त्यांच्या वाट्याला फार कमी संवाद आले आहेत. थकलेले निळूभाऊ पाहताना हृदयात कालवा कालव होते. फार कमी बोलूनही दारिद्र्यात पिचलेला शेतकरी लक्षात राहतोच. महाराष्ट्र शासनातर्फे उत्कृष्ट अभिनयासाठी त्यांना सलग ३ वर्षं पुरस्कार मिळाले. १९९१ मध्ये भारत सरकारचा संगीत नाटक अकादमीचा पुरस्कारही त्यांना मिळाला होता. 'सूर्यास्त' या नाटकातील भूमिकेसाठी त्यांना 'नाट्यदर्पण पुरस्कार' देऊन गौरविण्यात आलं होतं. 'नाटक आणि सिनेमा' या दोन्ही क्षेत्रांतही निळूभाऊंनी स्वत:च्या अभिनयाचा वेगळा ठसा उमटवला. 'नायक आणि खलनायक' अशा दोन्ही भूमिका करणाऱ्या निळूभाऊंचं ग्रामीण आणि शहरी जीवनाचं निरीक्षण अतिशय अचूक व सूक्ष्म होतं. या निरीक्षणाचा त्यांनी अभिनयात खुबीने उपयोग केला. त्यांच्या कारकीर्दीची अभिनयाइतकीच महत्त्वाची दुसरी बाजू राहिली, ती सामाजिक चळवळीमधील सक्रिय सहभागाची. अंधश्रद्धा निर्मूलन, हमाल पंचायत, सत्यशोधक चळवळ, दलित-आदिवासी-ग्रामीण साहित्य आदींशी त्यांचा अतिशय जवळचा संबंध व सहभाग होता. आयुष्याच्या अखेरपर्यंत त्यांनी पुरोगामी चळवळींशी आपली नाळ अखंडित ठेवली होती.

निळू फुले यांचं १३ जुलै २००९ रोजी पहाटे दोनच्या सुमारास अन्ननलिकेच्या कर्करोगाने निधन झालं. ते ७९ वर्षांचे होते. व्यक्तिगत आयुष्यात निळूभाऊ अत्यंत साधे होते. पांढरा पायजमा आणि वर झब्बा, खांद्यावर कापडी झोळी हाच त्यांचा कायमचा वेश, त्यात कधीच बदल झाल्याचं स्मरत नाही. खलनायकाच्या भूमिकेत असताना शिवराळ भाषा वापरणारे, तसंच वावरणारे निळू फुले यांच्याशी गप्पा मारताना हा माणूस अतिशय अभ्यासू होते, हे जाणवत राहतं. निळूभाऊ स्वभावाने विनम्र होते नि कमालीचे सज्जनही होते. पडद्यावरची खलनायकी छटा त्यांच्या आयुष्यात अजिबात नव्हती. शिक्षण फारसं झालं नसलं तरी वाचन मात्र दांडगं होतं. म्हणूनच त्यांच्या जाण्याने 'फुले' उधळण्याच्या योग्यतेचा 'नायक' गेला.

◆◆◆

रंगभूमीचा अभ्यासू नटसम्राट .....

कोणत्याही भूमिकेत आपल्या दमदार आवाजाने आणि अस्खलित वाणीतील शब्दफेकीने रसिकांच्या मनावर अधिराज्य गाजविणारे 'नटसम्राट' म्हणजेच प्रभाकर पणशीकर.....

प्रभाकर पणशीकर

जन्म - १४/०३/१९३१

मृत्यू - १३/०१/२०११

'तो मी नव्हेच' हे आचार्य अत्रेलिखित नाटक जेव्हा नाट्यनिकेतन संस्थेतर्फे करायचं ठरलं. तेव्हा नाटकातील प्रमुख भूमिका करणारा नट हा संस्थेतलाच असावा म्हणजे तो आपल्या आवाक्यात राहील, अशा धोरणी भूमिकेतून ही भूमिका या नाट्यनिकेतन संस्थेतील कलावंतानेच करावी असा रांगणेकरांनी हट्ट धरला. आचार्य अत्रेंना सुरुवातीला हा निर्णय मान्य नव्हता, पण रांगणेकरांच्या हट्टापुढे अत्रेंचं काही चाललं नाही आणि ती भूमिका या कलावंताच्या नशिबी मिळाली. नंतर मात्र 'तो मी नव्हेच' मधला खलनायकी 'लखोबा लोखंडे' या कलाकाराने असा काही रंगवला की, 'लखोबा लोखंडे' आणि या कलावंताचं घट्ट नातंच बनलं. या कलाकाराशिवाय 'तो मी नव्हेच' या नाटकाचा विचार करणं, त्या काळीही कोणाला शक्य झालं नाही आणि आजही

होत नाही. 'तो मी नव्हेच'चा फिरता रंगमंच ही सुद्धा याच कलाकाराची कल्पना. कितीतरी भूमिका या कलाकाराने आपल्या अभिनयसामर्थ्याने अजरामर करून ठेवल्या आहेत. गेली अनेक दशकं त्यांनी रंगभूमीची इमाने-इतबारे सेवा केली. घरच्यांचा विरोध पत्करून ते या क्षेत्रात उतरले होते. 'हा तोंडाला रंग फासून घरच्यांच्या तोंडाला काळं फासतो', असा घरच्यांनी आरोप करूनही त्यांचं चित्त विचलंत झालं नाही. असे 'तो मी नव्हेच'मधील खलनायक 'लखोबा लोखंडे' असो, 'इथे ओशाळला मृत्यू'मधील 'शहेनशहा औरंगजेब' असो किंवा 'अश्रूंची झाली फुले'मधील 'प्रा. विद्यानंद'; कोणत्याही भूमिकेत आपल्या दमदार आवाजाने आणि अस्खलित वाणीतील शब्दफेकीने रसिकांच्या मनावर अधिराज्य गाजविणारे 'नटसम्राट' म्हणजेच प्रभाकर पणशीकर ऊर्फ पंत.

मराठीसोबतच गुजराती व कन्नड भाषेतही त्यांनी अभिनय केला. काही मराठी चित्रपट, काही मराठी मालिका यांसोबतच इंग्रजी मालिका केल्या आणि रेडिओसाठी तर असंख्य नाट्यवाचनं केली. पणशीकरांचा जन्म मुंबईत फणसवाडी येथे वेदविद्यासंपन्न ब्राह्मण कुटुंबात झाला. पंतांचे वडील विष्णुशास्त्री हे दशग्रंथी ब्राह्मण होते, तर त्यांचे आजोबा वासुदेवशास्त्री हे संस्कृत प्रकांड पंडित होते. लहानग्या प्रभाकरचा ओढा मात्र नाट्यक्षेत्राकडे होता. शाळेत असताना वेगवेगळ्या प्रसिद्ध नाटक कंपन्यांची नाटकं त्यांनी पाहिली. एवढंच नव्हे, तर ती नाटकं पुढे गिरगावात गणेशोत्सवात सादर केली. त्यामुळे पौगंडावस्थेतच त्यांना घरापासून परागंदा व्हावं लागलं. वेदशास्त्रसंपन्न घराण्यात जन्माला आलेल्या पंतांनी नाटक या 'पंचम वेदा'ची आराधना करून रंगभूमीची सेवा तर केलीच; पण त्याचबरोबरीने रसिकांना अनेक वर्षं अपार आनंद ही दिला. नाटकातून कायम 'तो मी नव्हेच' असं म्हणणाऱ्या प्रभाकरपंतांनी आपला नाट्यप्रवास 'तोच मी' या पुस्तकामध्ये शब्दबद्ध केला आहे. चतुर्वेदी दशग्रंथी विष्णुशास्त्री पणशीकर यांच्या घरामध्ये १४ मार्च १९३१ रोजी प्रभाकर पणशीकर यांचा जन्म झाला. शालेय शिक्षण पूर्ण केलं खरं; पण महाविद्यालयात जाण्याचा योग काही आलाच नाही. शाळेत असतानाच नाटकाचं वेड असलेल्या प्रभाकर यांनी वेगवेगळ्या कंपन्यांची नाटकं पाहिली.

नंतर ठाकूरद्वारच्या गणपती उत्सवात ती नाटकं बसविणे आणि त्यामध्ये काम करणे हा त्यांचा छंद झाला. या वेडापायी त्यांनी घर सोडलं. मुंबईच्या रेल्वे

कल्चरल ग्रुपतर्फे नाटक बसवत असताना एका बड्या अधिकाऱ्याकडून त्यांना रेल्वेत नोकरी करण्याची विचारणा झाली. परंतु नाट्यवेडापायी त्यांनी ती संधी नाकारली. याच काळात १३ मार्च १९५५ रोजी 'राणीचा बाग' नाटकात भूमिका करताना त्यांनी प्रथम व्यवसायिक नाटकाकरिता चेहऱ्यास रंग लावला. विविध अडचणी, विरोधांना तोंड देत आणि बेकारीचे चटके सोसत वयाच्या पंचविशीत त्यांनी मो. ग. रांगणेकरांच्या 'नाट्यनिकेतन' संस्थेमध्ये प्रवेश मिळविला. 'भटाला दिली ओसरी' या नाटकातील नवकवीची भूमिका त्यांनी सफाईने आणि ताकदीने उभी करून आपण भविष्यातील उत्तम नट आहोत याचीच ग्वाही दिली.

पणशीकरांनी रांगणेकरांच्या 'भूमिकन्या सीता', 'पठ्ठे बापूराव', 'कुलवधू', 'वहिनी', 'माझे घर', 'खडाष्टक' या नाटकांमध्येही भूमिका केल्या. रांगणेकरांनी प्रभाकर यांना कंपनीचा व्यवस्थापक केलं. निरनिराळ्या गावी फिरणं, तिथे नाटकाचे व नाट्यगृहाचे परवाने काढणं, लाऊडस्पीकरवरून जाहिरात आणि टांग्यातून हँडबिलं वाटणं, स्टेजची व्यवस्था, नाटकाचा सेट, रंगपट-कपडेपटाची व्यवस्था आणि प्लॅन तयार करणं अशा अनेक गोष्टी त्यांनी आत्मसात केल्या. रांगणेकरांनी १९६१-६२ च्या काळात आचार्य अत्रेलिखित 'तो मी नव्हेच' नाटक करण्याचं ठरविलं. त्या वेळच्या चर्चेत ही पंचरंगी भूमिका

बाळकराम किंवा बापूराव माने यांनी करावी असं पणशीकरांनी सुचविलं. पण, ही भूमिका पणशीकरांनीच केली पाहिजे हा आग्रह रांगणेकरांनी धरला. या नाटकाचा मुहूर्त १५ ऑगस्ट १९६२ रोजी झाला तेव्हा 'कोण हा पणशीकर?' असा सूर अत्रे यांनी लावला होता. ते तालमींनादेखील कधी आले नाहीत. मात्र, ८ ऑक्टोबर रोजी दिल्लीचा प्रयोग झाला, तेव्हा पहिल्या दोन अंकांनंतरच 'गेल्या दहा हजार वर्षांत प्रभाकरसारखा अभिनेता पाहिला नाही', अशी पावती देत अत्रेंनी त्यांची प्रशंसा केली. त्या दिवसापासून पणशीकरांनी कधी मागे वळून पाहिलंच नाही. रांगणेकरांशी मतभेद झाल्यामुळे पणशीकरांनी 'नाट्यनिकेतन' संस्था सोडली. अत्रेंनी 'तो मी नव्हेच' नाटक पुन्हा करण्याचं ठरविलं, तेव्हा त्यांनी प्रमुख भूमिकेसाठी पणशीकरांनाच बोलावून घेतलं. त्या वेळी अत्रेंनी मांडलेली फिरत्या रंगमंचाची कल्पना कोल्हापूरचे म्हादबा मिस्त्री यांच्याकडून करून घेतली आणि 'अत्रे थिएटर्स'तर्फे 'तो मी नव्हेच'चे पुन्हा धडाक्यात प्रयोग सुरू झाले. पणशीकरांनी मोहन वाघ आणि वासुदेव कोल्हटकर या मित्रांच्या सहकार्याने ८ एप्रिल १९६३ रोजी हनुमान जयंतीच्या मुहूर्तावर 'नाट्यसंपदा' संस्थेची स्थापना केली. विद्याधर गोखले यांचं 'अमृत झाले जहराचे' आणि प्रा. वसंत कानेटकरांचं 'मोहिनी' या दोन नवीन नाटकांची निर्मिती केली.

'नाट्यसंपदा' संस्थेमार्फत पणशीकरांनी 'मला काही सांगायचंय' आणि 'इथे ओशाळला मृत्यू' या नाटकांच्या निर्मितीद्वारे पाय रोवले. पुरुषोत्तम दारव्हेकरांनी लिहिलेल्या 'कट्यार काळजात घुसली' या संगीत नाटकाने लोकप्रियतेचा उच्चांक गाठला आणि 'नाट्यसंपदा'ची उंची वाढली. 'तो मी नव्हेच'चे सर्व हक्क १९७० पासून 'नाट्यसंपदा'ने घेतले आणि या नाटकाचे दोन हजारांहून अधिक प्रयोग पणशीकरांनी केले. 'तो मी नव्हेच'चं कानडी रूपांतर झालं. त्यामध्येही पंतांनी पंचरंगी भूमिका साकारली. नव्या पिढीतील कलाकारांनी या भूमिकेचं आव्हान पेलावं असं आवाहन ते सातत्याने करीत होते. डॉ. गिरीश ओक यांनी ही भूमिका नव्याने साकारली तेव्हा त्यांचं कौतुक करण्यात पणशीकर आघाडीवर होते. 'इथे ओशाळला मृत्यू'मधील औरंगजेब साकारताना ते नमाज पढायला शिकले. या नाटकात औरंगजेबाच्या

व्यक्तिरेखेला मिळालेली दाद, ही पणशीकरांच्या अभिनयकौशल्याला होती. 'अश्रूंची झाली फुले' नाटकामध्ये पणशीकर यांनी साकारलेले 'प्रा. विद्यानंद' आणि आधी डॉ. काशिनाथ घाणेकर व नंतरच्या टप्प्यात रमेश भाटकर यांनी साकारलेला 'लाल्या' ही अभिनयाची जुगलबंदी रसिकांना अनुभवता आली. या नाटकाच्या गुजराती भाषेतील प्रयोगातदेखील त्यांनी भूमिका साकारताना जणू आपण जन्माने गुजराती आहोत असंच सिद्ध केलं. 'जिथे गवतास भाले फुटतात', 'थँक यू मि. ग्लाड', 'मला काही सांगायचंय', 'बेइमान' या नाटकांतील त्यांच्या भूमिका गाजल्या. हृदयविकाराच्या झटक्यानंतरही प्रकृतीची पर्वा न करता त्या काळात त्यांनी कानडी भाषा अवगत केली.

पंतांना धोतर आणि टोप्या जमविण्याचा छंद; कपडे आणि सेंटचा शौक होता. खरंतर त्यांना गाण्याची आवड होती. 'तो मी नव्हेच' नाटकातील राधेश्याम महाराजांच्या भूमिकेत गायलेला अभंग आणि 'लग्नाची बेडी'तील त्यांच्या गाण्याला अनेक प्रयोगांमध्ये वन्स मोअर मिळाला आहे. उत्तम गायक होण्याची मनीषा त्यांनी मुलगा रघुनंदन पणशीकर याच्या माध्यमातून पूर्ण केली. अखिल भारतीय मराठी नाट्यसंमेलनाचं अध्यक्षपद १९८४ आणि १९८५ अशी सलग दोन वर्षं भूषविण्याचा बहुमान पणशीकरांना लाभला. पन्नास वर्षं

रंगभूमीची सेवा करणाऱ्या पणशीकर यांचा महाराष्ट्र शासनाने जीवनगौरव पुरस्कार प्रदान करून गौरव केला. त्यानंतरच्या वर्षीपासून हा पुरस्कार 'प्रभाकर पणशीकर जीवनगौरव पुरस्कार' म्हणून प्रदान केला जाईल, अशी घोषणा तत्कालीन मुख्यमंत्र्यांनी केली होती. महाराष्ट्राच्या नाट्यपरंपरेत अजरामर झालेल्या 'इथे ओशाळला मृत्यू' या नाटकाचा प्रयोग नागपुरात रंगला होता. रंगमंचावर काशिनाथ घाणेकर (संभाजी महाराज) आणि प्रभाकर पणशीकर (औरंगजेब) यांची जुगलबंदी रंगली होती. संवादागणिक प्रभाकरपंतांचा आवेश वाढत गेला आणि प्रसंगाच्या शेवटी त्यांनी अचानक 'निकल जाओ यहां से' असं म्हणण्याऐवजी 'गेट आउट' असं वाक्य उच्चारलं... त्या रात्री पंतांना क्षणभरही झोप लागली नाही. रघुनंदन पणशीकर यांनी ही आठवण नागपूरच्या कार्यक्रमात सांगितली. प्रभाकर पणशीकरांचं रंगभूमीला मिळालेलं योगदान, चेहऱ्यावरची रंगरंगोटी उतरली की साधा माणूस म्हणून वावरण्याची त्यांची सवय, त्यांना लाभलेली विलक्षण स्मरणशक्ती... असे पंतांचे विविध पैलू सांगता येतील. "रंगमंचावर अनेकदा चुका होतात. नागपूरच्या प्रयोगातही बाबांकडून ती चूक झाली; पण त्यानंतर त्यांना रात्रभर झोप लागली नाही. त्या प्रयोगाचा ऑडिओ टेप तयार केला जाणार होता. एका तंत्रज्ञाने त्यांना विचारलं, 'तेवढा संवाद काढून त्याऐवजी दुसरा रेकॉर्ड करूयात का?', तेव्हा पंतांनी नाही म्हणून सांगितलं. 'चूक झाली ती तशीच राहायला हवी,' असा त्यांचा आग्रह होता. नुसताच अभिनेता म्हणून नाही, तर माणूस म्हणूनही प्रभाकरपंत किती प्रगल्भ होते, याचा प्रत्यय या घटनेवरून येतो," असं रघुनंदन पणशीकर यांनी सांगितलं. पंतांची स्मरणशक्ती अफाट होती. त्यांना तारीख, वार आणि वर्षासह घटना लक्षात राहायच्या.

त्यांचा नम्र, हसतमुख स्वभाव आणि हजरजबाबीपणा; भूतकाळातील कोणतीही घटना ते इतक्या तपशीलवार सांगत होते की, जणू त्या घटना कालपरवाच घडल्या असाव्यात. बरोबरीच्या लोकांना सोबत घेऊन पुढे जाणारे, अशी पंतांची ख्याती आहे. जवळजवळ ५० वर्षं नाटकांच्या निमित्ताने त्यांनी अख्खा महाराष्ट्र पालथा घातला आहे. याशिवाय बेळगाव, दिल्ली, इंदूर,

धारवाड इथल्या खेड्यापाड्यांतूनही पंतांनी नाटकांकरता भ्रमंती केली आहे. ह्या सर्व ठिकाणांची ते तपशीलवार माहिती पुरवू शकत. तिथे कसं जायचं, तेथील राहण्या-जेवण्याची व्यवस्था, याशिवाय आयत्यावेळी स्टेजवर उभं राहण्याकरता कलाकार कुठून मिळेल ह्याचीही ते इत्थंभूत माहिती देत. वसंत कानेटकरांचं ‘इथे ओशाळला मृत्यू’ हे नाटक त्यांनी संभाजीला न्याय मिळावा याकरता लिहिलं होतं. पण प्रत्यक्षात जेव्हा ते रंगभूमीवर उभं राहिलं, तेव्हा मात्र नाटकाचा पूर्ण प्रकाशझोत औरंगजेबाच्या भूमिकेतील पंतांवर स्थिरावला. संभाजीपेक्षाही त्या नाटकात औरंगजेब प्रभावी ठरू लागला. औरंगजेबाची भूमिका करताना त्या भूमिकेचा प्रत्येक पैलू समजून घेऊन तो लोकांसमोर यावा याकरता पंतांनी अथक प्रयत्न केले होते. ज्या काळी नाटकांचे दौरे करणं आजच्याइतकी सुखाची बाब नव्हती, तेव्हापासून पंतांनी ‘अश्रूंची झाली फुले’ या नाटकाचे तब्बल ११११ प्रयोग केले. प्रा. विद्यानंद याची मानसिक द्विधावस्था त्यांनी खूप चांगल्या प्रकारे सादर केली होती. तसंच ‘कट्यार काळजात घुसली’च्या निमित्ताने संगीत नाटकांचं पुनरुज्जीवन हेही पंतांचं रंगभूमीला दिलेलं कॉन्ट्रिब्यूशन. मराठी नाट्यसृष्टीत भरीव कार्य करणाऱ्या या नटवर्याने १३ जानेवारी २०११ रोजी जगाचा निरोप घेतला. पंत मराठी रंगभूमीवरील जाणकार हुशार अभिनेते, दिग्दर्शक आणि नाट्यनिर्माते होते. अशा हरहुन्नरी कलावंताला मानाचा मुजरा.

◆◆◆

सहज सुंदर शब्दांचा जादूगार...

देवघरात म्हणायची गाणी आणि लावणी या दोन्हीही गोष्टी एकाचवेळी तेवढ्याच ताकदीने ज्यांची प्रतिभा पेलू शकते, अशा मोजक्या प्रतिभावंतांपैकी एक म्हणजेच प्रसिद्ध गीतकार, कवी जगदीश खेबूडकर...

जगदीश खेबूडकर

जन्म - १०/०५/१९३२

मृत्यू - ०३/०५/२०११

पेशाने शिक्षक असलेलं आणि पाहताक्षणी किरकोळ वाटणारं, हे तसं बहुआयामी व्यक्तिमत्त्व आहे. सर्वांच्याच लक्षात राहावी, अशी मराठी साहित्याची सेवा त्यांच्या हातून झाली आहे. त्यामानाने त्यांचं 'वजन' वाढावं असं काही भारदस्त त्यांच्या पदरात पडलेलं नाही. अर्थात, त्याबद्दल त्यांची तक्रारही कधीच नव्हती. 'माझी गाणी म्हणणारी मराठमोळी माणसं हीच माझी संपत्ती', असं ते प्रथमपासूनच म्हणत आले असून, त्या अर्थाने कधीही न संपणारी संपत्ती त्यांनी खजिन्यात जमा करून ठेवली आहे. सुधीर फडके, पं. भीमसेन जोशी, वसंतराव देशपांडे, प्रभाकर कारेकर यांच्यापासून ते अलीकडच्या सोनू निगम यांच्यापर्यंत सर्वच नामांकित गायकांनी त्यांची गीतं गायली आहेत. त्यांचं गाणं लावल्याशिवाय आजही आकाशवाणीचा दिवस

मावळत नाही. साडेतीन हजारांच्यावर कविता, अडीच हजार चित्रगीतं, २५ पटकथा- संवाद, ५० लघुकथा, पाच नाटकं, चार दूरदर्शन मालिका, चार टेलिफिल्म, पाच मालिकागीतं त्यांच्या नावावर जमा आहेत. एवढी साहित्यसंपदा नावावर असणारा हा भारदस्त माणूस 'मृत्युंजय' पुरस्काराने सन्मानित झाला आहे. अगदी बालगीत ते प्रेमगीत, नांदी, पोवाडा, भक्तिगीतं, अंगाई गीतं, कीर्तन, देशभक्तिपर गीतं, गणगौळण, गौरीगीतं, वासुदेव गीत, माकडवाला, कोळीगीतं, सवाल-जवाब, एकतारी भजन, डोंबाऱ्याचं गीत, कुडबुडा जोशी गीत, वारकरी भजनापर्यंत असा एकही गीताचा प्रकार शिल्लक न ठेवता विपुल अशी रसिकमान्य गाणी लिहिणारे प्रसिद्ध गीतकार म्हणजेच जगदीश खेबूडकर....

जगदीश गोविंद खेबूडकर यांचा जन्म स्वातंत्र्यपूर्व काळात १० मे १९३२ रोजी करवीर तालुक्यातील हळदी या गावात त्यांच्या आजोळी सामान्य कुटुंबात झाला. वडील इंग्रजी राजवटीत १५ रुपये वेतनावर प्राथमिक शिक्षक होते, त्यामुळे मराठीचं बाळकडू घरीच मिळालं. बालपण ग्रामीण भागात गेल्याने बारा बलुतेदारांची लोकप्रिय गीतं ऐकल्याने ते काव्यबीज पुढे खेबूडकर यांनी आपल्या एकापेक्षा एक गीतांतून अजरामर केलं. अभंगापासून लावणीपर्यंत, प्रेमगीतांपासून बालगीतांपर्यंत आणि शाहिरीपासून लोकगीतांपर्यंत सर्व प्रकार समर्थपणे हाताळणाऱ्या मोजक्याच गीतकारांमधील एक म्हणजे जगदीश खेबूडकर होय. वयाच्या १६ व्या वर्षी १९४८ मध्ये महात्मा गांधी यांच खून झाल्यानंतर उसळलेल्या जातीय दंगलीत खेबूडकर यांचं घरही आगीच्या भक्ष्यस्थानी पडलं. आपलं जळतं घर पाहताना 'मानवते तू विधवा झालीस...' ही पहिली कविता त्यांनी केली. येथून त्यांच्या काव्यप्रवासाला प्रारंभ झाला. कविवर्य जगदीश खेबूडकर हे कोल्हापूरजवळच्या खेबवडे या गावचे. गावी थोडीफार शेती व गाईगुरं अशा वातावरणात ते वाढले. खेबूडकर १९५३ मध्ये मॅट्रिक परीक्षा उत्तीर्ण होऊन एका औषधाच्या कंपनीत नोकरी करू लागले. १९५६ मध्ये एस.टी.सी. होऊन ते शिक्षक झाले. पुढे आयुष्यभर त्यांनी शिक्षकाचीच नोकरी केली. त्यादरम्यान कविता लिहिणं सुरूच होतं. सांगली

आकाशवाणीसाठी त्यांनी काही गाणी लिहिली. संगीतकार वसंत पवार यांनी त्यांची काही गाणी स्वरबद्ध केली. ती गाणी चित्रपटांसाठी नव्हती. गाण्यावर अदाकारी करून पोट भरणाऱ्या कोल्हापूरच्या गरीब कलावंतिणींना ही गाणी पवारांनी फुकट देऊन टाकली होती. पण वसंत पवारांनीच त्यांना चित्रपटासाठी गाणी लिहायची पहिली संधी लवकरच दिली. १९६२ मध्ये निघालेल्या 'रंगल्या रात्री अशा' या संगीतप्रधान चित्रपटासाठी पवारांनी खेबूडकरांकडून प्रथमच तीन लावण्या लिहून घेतल्या. वसंत पवारांचं बोट धरून खेबूडकर चित्रपटसृष्टीत आले खरे, पण त्यांचे खरे सूर जमले ते पवारांचे शिष्य संगीतकार राम कदम यांच्याशीच! 'नका सोडून जाऊ रंगमहाल'... अशा ओळी लिहिणाऱ्या खेबूडकरांनी अष्टविनायक दर्शन घडविणारं पाच मिनिटांचं 'अष्टविनायका तुझा महिमा कसा', हे गाणंही लिहिलं. भालजींच्या 'साधी माणसं' चित्रपटासाठी 'ऐरणीच्या देवा तुला'... हे गीत लिहिणारे नाना हे दादा कोंडकेंच्या चित्रपटासाठी 'कुठं कुठं जायाचं हनिमुनला', असे गीतही लिलया लिहून गेले. चित्रपटातील प्रसंग उभा केला की, त्यांच्या डोक्यात गाणं आपोआप भिनायचं. एवढा मोठा गीतकार; पण साधा माणूस होता, याचं सर्वांनाच अप्रूप होतं आणि तोच माझा सर्वांत मोठा सन्मान असल्याचेही खेबूडकर अभिमानाने सांगत. १९६० मध्ये त्यांचं पहिलं चित्रगीत प्रेक्षकांसमोर आलं. विशेष म्हणजे ती लावणी होती... 'मला हो म्हणत्यात लवंगी मिरची'! आजही ती रसिकांच्या ओठांवर असते. संगीतकार राम कदम व गीतकार खेबूडकर यांच्या 'शब्दसुरां'च्या मिलाफाने मराठी रसिकांना जवळजवळ दोन दशकं मनमुराद आनंद दिला. या काळातील बहुतेक मराठी चित्रपट ग्रामीण पार्श्वभूमीचे असल्यामुळे त्यांतील गाणी ही अस्सल मराठमोळी-ग्रामीण समाजजीवनाची, सणांची, चालीरीतींची, रूढी-परंपरांची अशी होती. त्यात गण-गौळण, सवाल-जवाब, झगडे, भूपाळी, भारूड, विराणी, वासुदेव, कीर्तन, नागोबाची-हादग्याची, मंगळागौरीची-हळदीची-लग्नाची गाणी, मोटेवरची गाणी, कोळीगीतं, धनगरांची गाणी, डोंबाऱ्यांची गाणी, लेझीम, शेतकरी गीत असे अस्सल मराठी मातीचे असंख्य गीतप्रकार होते. खेबूडकरांनी हे सारे गीतप्रकार अतिशय समर्थपणे शब्दबद्ध केले.

तमाशा हा मराठी मातीचा वारसा. तो जपण्यासाठी खेबूडकरांनी अथकपणे असंख्य लावण्या लिहिल्या. ग. दि. माडगूळकरांनंतर तेवढ्याच समर्थपणे आणि ताकदीने खेबूडकरांनी लावण्या लिहिल्या. माडगूळकरांप्रमाणेच त्यांनीही लावणी लिहिताना लेखणीचा आब व तोल साधला. अभिजाततेचा व कलात्मकतेचा स्पर्श असलेल्या लावण्या खेबूडकरांनी लिहिल्या. आयुष्यात तमाशा कधीही न बघितलेल्या खेबूडकरांनी एकापेक्षा एक फर्मास व फाकडू लावण्या लिहिल्या, ही वैशिष्ट्यपूर्ण देणगी त्यांना लाभली होती. गदिमा, सुधीर फडके व राजा परांजपे या त्रिकुटाप्रमाणेच राम कदम, अनंत माने व जगदीश खेबूडकर हे त्रिकूटही मराठी चित्रपटसृष्टीत गौरवास्पद ठरलं.

शांतारामबापू, भालजी यांच्यापासून अगदी लहानसहान निर्मात्यापर्यंत अनेक चित्रपटांची गाणी त्यांनी कुशलपणे लिहिली. मराठी चित्रपटांसाठी त्यांनी ६० वर्षं अव्याहतपणे ३५० चित्रपटांसाठी सुमारे २७५० गाणी लिहिली. साठहून अधिक संगीतकारांसाठी गाणी लिहिणारे ते एकमेव गीतकार होते. व्ही. शांताराम दिग्दर्शित 'पिंजरा'ची गाणी सर्वांत गाजली. अनेक चित्रपटांकरिता कथा-पटकथा-संवाद त्यांनी लिहिले होते, तर 'देवघर' नावाच्या

चित्रपटाची निर्मितीही त्यांनी केली होती. गेल्या तीन पिढ्यांचे ते लोकप्रिय गीतकार होते. 'सवाल माझा ऐका', 'केला इशारा जाता जाता', 'आम्ही जातो अमुच्या गावा', 'गणगौळण', 'भोळीभाबडी', 'सुगंधी कट्टा', 'बायांनो नवरे सांभाळा', 'बाळा गाऊ कशी अंगाई' आणि 'झेड. पी.' या सर्व चित्रपटांना महाराष्ट्र राज्य सरकारचे उत्कृष्ट गीतलेखनाचे पुरस्कार लाभले होते. राज्य शासनातर्फे दिला जाणारा 'व्ही.

शांताराम पुरस्कार', 'गदिमा पुरस्कार', 'पी. सावळाराम पुरस्कार' व 'संगीतकार राम कदम पुरस्कार' अशा अनेक पुरस्कारांनी ते सन्मानित झाले होते.

कविवर्य खेबूडकर यांना राज्य शासनाचे अकरा, 'रसरंग फाळके', चित्रपट महामंडळाचे दोन, 'गदिमा जीवनगौरव', 'व्ही. शांताराम जीवनगौरव', 'कोल्हापूरभूषण', 'मृत्युंजय', 'सुरसिंगार संसद', पुणे फेस्टिव्हल, 'छत्रपती शाहू पुरस्कार', 'करवीरभूषण', 'साहित्य पुरस्कार', 'मार्मिक गौरवचिन्ह', 'लावणीरत्न', 'नटराज', केंद्र शासन, 'कुसुमाग्रज साहित्य पुरस्कार', 'यशवंतराव चव्हाण साहित्यगौरव' असे अनेक पुरस्कार प्राप्त झाले आहेत. १९६३ मध्ये, भालजी पेंढारकर निर्मित 'साधी माणसं' ह्या सिनेमात खेबूडकरांना एक गाणं लिहायची संधी मिळाली. भालजी म्हणाले, "लोहारकाम करणाऱ्या एका जोडप्यावर आधारलेली ही कथा. हे लोहार जमातीचं जोडपं कसं राहतं, काय खातं, काय पितं, नवऱ्याबद्दल तिला काय वाटतं आणि त्या लोहार जमातीचा देव कोणता आणि त्याला फुलं कोणती वाहतात, आपल्या धंद्याचा त्यांना अभिमान कसा वाटतो, गरिबीतसुद्धा ते आनंदानं कसे राहतात, हे सगळं वर्णन गाण्यात आलं पाहिजे; आणि जगदीश मुद्दाम सांगतोय, लोहार होणार आहे सूर्यकांत, त्याची बायको लोहारीण आहे जयश्री गडकर. नवऱ्याबद्दल तिच्या भावना ती कशा शब्दांत प्रकट करते, हे सगळं या गाण्यात आलं पाहिजे आणि हे 'थीम साँग' म्हणून वर्षानुवर्षं गाजलं पाहिजे. केव्हा आणून देशील...?" भालजी'नी सारांश सांगून संपवला. यावर खेबूडकर म्हणाले, "बाबा, तुम्ही सांगत असतानाच डोक्यात ओळी तयार झालेल्या आहेत. मी मोकळाच आलोय. मला एक कागद आणि पेन द्या." त्यांनी नोकराला कागद आणि पेन द्यायला सांगितलं. ते गाणं होतं, 'ऐरणीच्या देवा तुला ठिणगी ठिणगी वाहू दे, आभाळागत माया तुझी आम्हांवरी राहू दे' हे गाणंही तुफान गाजलं आणि चित्रपट-गीतलेखनात प्रस्थापित अशा ग. दि. माडगूळकर, पी. सावळाराम आणि शांता शेळके ह्यांच्या पंक्तीत जगदीश खेबूडकर जाऊन बसले. 'आम्ही जातो अमुच्या गावा' ह्या चित्रपटासाठी लिहिलेली त्यांची सगळीच गाणी गाजली; पण 'देहाची तिजोरी' ने ते थेट प्रत्येकाच्या देवघरात पोचले.

खेबूडकरांना सिनेमासृष्टीत सगळेजण 'नाना' म्हणत. नाना हे सिद्धहस्त कवी आणि गीतकार होते. खेबूडकरांच्या अजरामर कलाकृतींपैकी एक म्हणजे 'पिंजरा' चित्रपटातील गाणी होय. व्ही. शांताराम ह्यांच्या 'पिंजरा' चित्रपटासाठी खेबूडकरांनी तब्बल ११० गाणी लिहिली... त्यांतली ११ गाणी निवडण्यात आली. ह्याच चित्रपटातील 'तुम्हावर केली मी मर्जी बहाल, नका सोडून जाऊ रंगमहाल' या लावणीविषयी सांगताना खेबूडकर म्हणतात, "त्या प्रसंगासाठी शांताराम बापूंनी माझ्याकडून ४९ लावण्या लिहून घेतल्या. त्यातील एकही न आवडल्याने मी निराश होऊन घरी परतलो. झोप पार उडाली होती. डोक्यात लावणीचेच विचार घोळत होते आणि रात्री दोन वाजण्याच्या सुमारास लावणी सुचली, 'तुम्हावर केली मी मर्जी बहाल'. लगेच फोन करून मी ती बापूंना ऐकवली. 'व्वा! झक्कास, खेबूडकरजी, गाणं खास जमलं बरं का' अशा शब्दांत बापूंनी मला शाबासकी दिली. अगदी कृतकृत्य झाल्यासारखं वाटलं." अकरा लोकप्रिय गीतं असलेला पिंजरा हा नानांचा शंभरावा चित्रपट. येथून पुढेही त्यांच्या चित्रपटांचा ओघ चालूच राहिला. 'माहेरची साडी' चित्रपटाने यशाचं शिखर गाठलं. त्यातील सर्वच गाणी गाजली. विशेषत: 'सासरला ही बहीण निघाली' या गाण्याने तर रसिकांच्या हृदयाला स्पर्श केला.

अनेक कलाकृतींवर जगदीश खेबूडकरांचा अस्सल गावरान ठसा उमटला. अजय-अतुलयांनी संगीतबद्ध केलेलं 'मोरया, मोरया' या गणेशस्तुतीने तमाम आबालवृद्धांना वेडं केलं. त्यांना सुपारीच्या खांडाचंही व्यसन नव्हतं; मात्र त्यांनी पान व विडा यांच्याशी संबंधित दोनशेहून अधिक गाणी लिहिली. तसंच अष्टविनायकाची एकदाही वारी न करता 'अष्टविनायका तुझा महिमा कसा' हे खास गणेशभक्तांसाठी दिलेलं अप्रतिम गाणं म्हणजे खेबूडकरांचा अजब महिमाच होय. खेबूडकरांच्या लावणीच्या तालावर मराठी चित्रपटसृष्टी अक्षरश: नाचली. ३ मे २०११ रोजी या थोर कवीची प्राणज्योत मालवली. अशा अफाट बुध्दिमत्तेच्या व्यक्तिमत्त्वाला मानाचा मुजरा...

◆◆◆

'रंगभूमी'चे प्रतिभासंपन्न मामा...

मराठी रंगभूमीवर 'मामा' म्हणून सर्वांना परिचित असलेले, केवळ अभिनेतेच नव्हे, तर नाटककार, नाट्यनिर्माता, दिग्दर्शक, प्राध्यापक, लेखक, अनुवादक असणारे हरहुन्नरी अष्टपैलू कलावंत म्हणजेच ज्येष्ठ अभिनेते मधुकर तोरडमल.......

प्रा. मधुकर तोरडमल

जन्म - २४/०७/१९३२

मृत्यू - ०२/०७/२०१७

काही व्यक्तिमत्त्व म्हणजे अजब रसायन असतं. स्वत:ची एक विशिष्ट ओळख त्या व्यक्तीने निर्माण केलेली असतेच; पण त्या पलीकडे जाऊन अन्य क्षेत्रांतही त्याने आपले स्थान तयार केलेलं असतं. अहमदनगर येथील 'अहमदनगर महाविद्यालया'त त्यांनी दहा वर्षं इंग्रजीचा प्राध्यापक म्हणून नोकरी केली. या काळात विद्यार्थ्यांशी त्यांचा खूप जवळून संबंध आला. विद्यार्थ्यांचं बोलणं, त्यांची प्रेमप्रकरणं, त्यांच्यातील चेष्टामस्करी, महाविद्यालयीन वातावरण हे सगळं त्यांना अनुभवायला मिळालं. त्यांचे मित्र व रंगकर्मी दामू केंकरे यांनी एखादं विनोदी नाटक लिही म्हणून त्यांना त्या वेळी सुचविलं होतं. त्यांची सूचना या प्राध्यापकाने मनावर घेतली आणि नाटक

लिहिलं. नाटकातील 'प्रा. बारटक्के' या पात्राच्या तोंडी 'ह' ची बाराखडी आहे. अशा भाषेत बोलणारी व्यक्ती प्राध्यापकांनी प्रत्यक्ष पाहिली होती, त्यामुळे नाटकात ती आणली. 'ह'च्या बाराखडीमुळे नाटक अश्लील असल्याची टीका झाली; पण त्यांना ते मान्य नव्हतं. तुम्ही त्यातून जसा अर्थ काढाल, तसा तो निघू शकतो हे त्यांचं मत. पण विशेष म्हणजे, या नाटकावर टीका होऊनही हे नाटक तुफान चाललं. ही व्यक्ती अभिनेता आहेच; पण त्याचबरोबर या व्यक्तीने नाटककार, दिग्दर्शक, प्राध्यापक, लेखक, अनुवादक, नाट्यनिर्माता अशा विविध भूमिकाहीलिलया पार पाडल्या आहेत. 'एक होता म्हातारा' या नाटकात त्यांनी साकारलेल्या बळीमामाच्या भूमिकेमुळे त्यांना 'मामा' ही बिरुदावली मिळाली. प्राध्यापकी नोकरीचा राजीनामा देऊन त्यांनी मुंबई गाठली आणि तिथे रंगभूमीक्षेत्रात नावलौकिक मिळवला. अभिनय त्यांच्या रक्तात भिनला होता. आपल्या दमदार व कसदार अभिनयाने त्यांनी आपला जबरदस्त ठसा मराठी रंगभूमीवर उठवला, असं बहुआयामी आणि चतुरस्र व्यक्तिमत्त्व म्हणजेच अभिनयसम्राट प्रा. मधुकर तोरडमल ....

ज्येष्ठ अभिनेते मधुकर तोरडमल हे नाट्यसृष्टीचे 'मामा' म्हणून ओळखले जायचे. त्यांनी रंगभूमीवर अनेक नाटकांतून विविध भूमिका केल्या. त्यांनीच लेखन, दिग्दर्शन व निर्मिती केलेल्या 'तरुण तुर्क म्हातारे अर्क' या नाटकात त्यांनी रंगविलेला इरसाल 'प्रा. बारटक्के' आजही नाट्यरसिकांच्या लक्षात आहे. स्वतःच्याच 'रसिकरंजन' नाट्यसंस्थेतर्फे त्यांनी या नाटकाचे अनेक प्रयोग केले. त्यानंतर अन्य नाट्य संस्थांतर्फेही हे नाटक रंगभूमीवर सादर झालं. मामा तोरमडल यांच्या अभिनयाची सुरुवात ही मुंबईतून शाळेपासूनच झाली. तिथे त्यांच्या 'नाटकी'पणाचा पाया घातला गेला. ते दहा वर्षांचे असताना त्यांच्या वडिलांचं निधन झालं. त्यांचे काका मुंबईत सांताक्रूझ पोलिस ठाण्यात अधिकारी होते. काकांनी त्यांना पुढील शिक्षणासाठी मुंबईत आणलं. 'शेठ आनंदीलाल पोद्दार' ही त्यांची शाळा. शाळेत पहिल्या दिवशी ओळख करून देताना त्यांनी नाटकात काम करण्याचा छंद असल्याचं वर्गशिक्षिका जयकर बाईंना सांगितलं. बाईंनी ते लक्षात ठेवून गणेशोत्सवात एका नाटकाची संपूर्ण

जबाबदारी मामांवरच सोपविली. चिं. वि. जोशीलिखित 'प्रतिज्ञापूर्ती' हे नाटक त्यांनी बसविलं. दिग्दर्शन व अभिनयही त्यांनी केला. पुढे शाळेचं स्नेहसंमेलन व अन्य कार्यक्रमांतून नाटक बसविण्याची जबाबदारी ओघानेच तोरडमलांकडे आली आणि त्यांनी ती यशस्वीपणे पारही पाडली. शालेय, महाविद्यालयीन शिक्षण पूर्ण झाल्यानंतर त्यांनी कुर्ला येथे 'प्रीमियर ऑटोमोबाइल' कंपनीत 'लिपिक' म्हणून काही काळ व पुढे नगरला महाविद्यालयात प्राध्यापक म्हणून काही काळ नोकरी केली. या काळात 'भोवरा', 'सैनिक नावाचा माणूस' आदी नाटकं त्यांनी केली. राज्य नाट्य स्पर्धेतूनही ते सहभागी झाले. राज्य नाट्य स्पर्धेतून नाव झाल्यामुळे व्यावसायिक रंगभूमीकडून त्यांना विचारणा होऊ लागली. प्राध्यापक म्हणून नोकरी करत असल्याने नोकरी सांभाळून ते नाटक करत होते. ही कसरत महाविद्यालयाचे प्राचार्य थॉमस यांनी पाहिली. त्यांनी तोरडमलांना 'अरे व्यावसायिक रंगभूमीवर जायचं असेल तर जरूर जा. एक वर्षभर काम करून बघ. नाही जम बसला तर पुन्हा इकडे महाविद्यालयात शिकवायला ये', असं सांगितलं आणि तोरडमल मुंबईत आले. मग त्यांनी 'नाट्यसंपदा', 'नाट्यमंदार', 'धी गोवा हिंदू असोसिएशन' आणि 'चंद्रलेखा' या नाट्य संस्थांतर्फे सादर झालेल्या नाटकांतून कामं केली. 'गुड बाय डॉक्टर', 'गोष्ट जन्मांतरीची', 'चांदणे शिंपित जा', 'बेईमान', 'अखेरचा सवाल', 'घरात फुलला पारिजात', 'चाफा बोलेना' अशी अनेक नाटकं केली. 'संगीत मत्स्यगंधा'

या नाटकात त्यांनी साकारलेला भीष्म गाजला.

कमलाकर तोरणे दिग्दर्शित 'ज्योतिबाचा नवस' हा त्यांचा पहिला चित्रपट. त्यानंतर 'सिंहासन', 'बाळा गाऊ कशी अंगाई', 'आपली माणसं', 'आत्मविश्वास', 'शाब्बास सूनबाई' हे मराठी चित्रपटही त्यांनी केले. तसंच 'आयुष्य पेलताना' (रूपांतरित कादंबरी), 'एक सम्राज्ञी एक सम्राट' (चरित्रात्मक) आणि 'भोवरा', 'काळं बेट लाल बत्ती', 'गुड बाय डॉक्टर', 'संघर्ष', 'सैनिक नावाचा माणूस'', 'लव्ह बर्डस', 'म्हातारे अर्क बाईत गर्क', 'मृगतृष्णा', 'बाप बिलंदर बेटा कलंदर' या नाटकांचं लेखनही केलं. तोरमडल यांनी रंगभूमीवर अनेक नाटकांतून विविध भूमिका केल्या. तसंच र. धों. कर्वे यांनी लिहिलेल्या 'बुद्धिप्रामाण्यवाद' या इंग्रजी लेखसंग्रहाचं मराठी भाषांतर केलं आहे. 'तिसरी घंटा' हे त्यांचं आत्मचरित्र प्रकाशित झालं आहे. हे लिहिण्यामागचं कारण मात्र धक्कादायक आहे. अभिनेता अरुण सरनाईक हा मामांचा जवळचा मित्र. कोल्हापूरला गेलं की, या दोघांची भेट ठरलेली. एका भेटीत त्यांनी मामांना सांगितलं, त्यांना आलेले अनुभव व आठवणींचा संग्रह खूप मोठा आहे; पण त्यांना काही लिहिता येत नाही. त्यावर मामांनी त्याला, 'अरे तू मला सांग मी लिहून काढीन' असं सांगितलं होतं. पण ते अर्धवटच राहिलं. कारण दुर्दैवाने अपघातात अरुणजी मरण पावले. त्यांना श्रद्धांजली वाहण्यासाठी मामांना आकाशवाणीवर बोलावलं होतं. तेव्हा आत्मचरित्र लिहायचं होतं पण आता ते अर्धवट राहिलं, असं मामांनी सांगितलं. त्यानंतर मामांच्या मनात विचार सुरू झाला, आपल्याकडेही सांगण्यासारखं खूप काही आहे. उद्या आपलंही अचानक असं काही बरं वाईट झालं तर जे काही आहे ते आपल्याबरोबरच निघून जाईल. त्यातून मामांनी त्यांच्या आठवणी, अनुभव लिहायला घेतले आणि 'तिसरी घंटा' लिहून झालं. यात जे काही सांगायचं राहिलं ते पुढे 'उत्तरमामायण' या पुस्तकाद्वारे मामांनी लिहिलं.

तोरडमलांच्या प्रवासात काका, शिक्षिका आणि प्राचार्य यांचं भरीव योगदान एकूण महत्त्वाचं व प्रेरणादायी ठरलं. प्रा. मधुकर तोरडमल यांचं सर्वाधिक लोकप्रिय नाटक म्हणजे 'तरुण तुर्क म्हातारे अर्क'. लेखन, दिग्दर्शन,

निर्मिती आणि भूमिका असं हे बहुपदरी नाटक खूप गाजलं. त्यातील इरसाल प्राध्यापक बारटक्के मधुकररावांनी भन्नाट रंगवला. त्याचे पाच हजारांवर प्रयोग झाले. या नाटकाचं समीक्षण करताना एका समीक्षकाने स्पष्ट म्हटलं होतं, 'सुशिक्षित आणि सुसंस्कृत आणि विशेषतः पांढरपेशी स्त्रियांनी हे नाटक अजिबात बघू नये' पण प्रत्यक्षात झालं उलटंच. समीक्षकांच्या टीकाटिप्पणीनंतर ही या नाटकाची उत्सुकता, लोकप्रियता अधिकच वाढली. पुण्याच्या बालगंधर्व नाट्यगृहात या नाटकाचे एकाच दिवशी तीन प्रयोग झाले. नाट्यक्षेत्राच्या बाबतीत त्यांच्या अभिनयातील दमदारपणा, बोलके डोळे यामुळे एकूणच साकारली जाणारी भूमिका भारदस्तच होत असे. 'अगाथा ख्रिस्ती' या लेखिकेच्या २७ इंग्रजी कादंबऱ्यांचा मराठी अनुवादही त्यांनी केला होता. त्याशिवाय २० पुस्तकं लिहिली आहेत. तोरडमल यांचा आजपर्यंतचा सर्वच प्रवास 'तिसरी घंटा' या आत्मकथनात विस्ताराने आला आहे. 'उत्तरमामायण' या पुस्तकात त्यांनी आपल्या नाट्यविषयक आठवणी शब्दबद्ध केल्या आहेत. हे पुस्तक म्हणजे मा. मधुकर तोरडमल यांच्या 'तिसरी घंटा' या आत्मचरित्राचा उत्तरार्ध म्हणायला हवा. सिने आणि नाट्यसृष्टीतील योगदानाबद्दल राज्य शासनाचा २००९-१० चा नटवर्य प्रभाकर पणशीकर रंगभूमी जीवनगौरव पुरस्कार आणि संभाजीनगरच्या मराठवाडा साहित्य परिषदेचा २०१२ सालचा नटवर्य लोटू पाटील पुरस्कारा यांसारख्या अनेक महत्त्वाच्या पुरस्कारांनी तोरडमलांचा सन्मान झाला. नगर येथे २००३ मध्ये झालेल्या अखिल भारतीय मराठी नाट्यसंमेलनात त्यांची भूमिका आयोजकांची होती. २ जुलै २०१७ रोजी वांद्रे येथील निवासस्थानी प्रदीर्घ आजाराने मामा आपल्यातून निघून गेले. अभिनयापुरतंच मर्यादित न राहिलेल्या प्रा. तोरडमल यांच्या कर्तृत्वाचा ठसा लेखक, अनुवादक, निर्माते म्हणूनही उमटला होता. त्यांच्या अभिनयाची शैली रसिकांनी उचलून धरली होती. अशा या अष्टपैलू कलावंताला मानाचा मुजरा...

◆◆◆

अभिनयाचा सळसळता उत्साह .....

बोलके डोळे आणि अवखळ अभिनयशैलीच्या जोरावर आपली दखल घ्यायला लावणाऱ्या सहजसुंदर अभिनेत्री म्हणजेच ज्येष्ठ अभिनेत्री शशिकला...

शशिकला

जन्म - ०४/०८/१९३२

मृत्यू - ०४/०४/२०२१

हिंदी चित्रपटांमधून सातत्याने छोट्या-मोठ्या भूमिका केलेल्या या अभिनेत्रीने त्या वेळचे सर्व नावाजलेले अभिनेते आणि अभिनेत्रींबरोबर काम केलं आहे. त्यांची बोलण्याची ढब ही इतरांपेक्षा वेगळी होती. त्याचा उत्तम वापर करत त्यांनी खलनायिकेच्या किंवा सहनायिकेच्या भूमिका करतानाही आपला वेगळेपणा कायम ठेवला. पडद्यावर कितीही मोठे कलाकार मुख्य भूमिकेत असले, तरी या अभिनेत्रीचा पडद्यावरचा वावर कधीही दुर्लक्षित राहिला नाही. याच वेगळेपणाच्या जोरावर शंभरहून अधिक हिंदी चित्रपटांमधून काम केलेली ही अभिनेत्री प्रचंड लोकप्रिय होती. ६०-७० च्या दशकात आपल्या सहजसुंदर अभिनयाने हिंदी इंडस्ट्रीतील या मराठमोळ्या चेहऱ्याने साऱ्यांचं लक्ष वेधून घेतलं. सहनायिका असू दे किंवा खलनायिका, वेगळ्या धाटणीच्या सहजसुंदर

अभिनयाने हिंदी सिनेसृष्टीत स्वतःची ओळख निर्माण करणाऱ्या अभिनेत्री म्हणजेच ज्येष्ठ अभिनेत्री शशिकला....

शशिकला यांचं पूर्ण नाव शशिकला जवळकर असं होतं. त्यांचा जन्म ४ ऑगस्ट १९३२ रोजी सोलापुरात झाला होता. लहानपणापासून हुशार असलेल्या शशिकला यांची सिनेसृष्टीशी ओळख त्या वेळच्या इतर अनेक कलाकारांप्रमाणेच आर्थिक विवंचनेतून झाली. त्यांच्या आयुष्याची कथाही एखाद्या चित्रपटाच्या कथानकासमान भासावी अशी आहे. सोलापूरमध्ये एका उद्योजकाच्या घरी जन्माला आलेल्या शशिकला वयाच्या पाचव्या वर्षापासूनच नृत्य-अभिनयाचे कार्यक्रम सादर करत असत. मात्र काही दुर्दैवी घटनांमुळे वडिलांच्या व्यवसायाची आर्थिक दशा सुरू झाली आणि हे कुटुंब कामाच्या शोधात मुंबईला आलं. शशिकला यांना सिनेमात कुठे तरी काम मिळेल, असं त्यांच्या वडिलांना वाटत होतं. प्रत्यक्षात सिनेमाची वाट सहजी सापडत नव्हती, तोपर्यंत मिळतील ती कामं शशिकला यांनी केली. त्याच दरम्यान त्यांची भेट प्रसिद्ध गायिका-अभिनेत्री नूरजहाँ यांचे पती शौकत हुसैन रिझवी यांच्याशी झाली. यांनी 'झीनत' या चित्रपटात एका कव्वालीमधून त्यांना संधी देऊ केली. तिथं त्यांची नूरजहाँसोबत गाठ पडली व नूरजहाँ यांनी त्यांना पारखलं. त्यानंतर त्यांना 'झीनत' या चित्रपटात काम मिळालं. त्यांच्या 'जुगनू' व आणखी ३-४ चित्रपटांत ४०० रुपये महिन्याने त्यांनी कामे केली. नंतर त्यांच्याकडे तत्कालीन निर्माते पी. एन. अरोरा, अमिया चक्रवर्ती व व्ही. शांताराम यांचं लक्ष गेलं.

त्यानंतर व्ही. शांताराम यांच्या 'तीन बत्ती चार रास्ता' या चित्रपटातही त्यांनी भूमिका केली. पण त्यांना खऱ्या अर्थाने प्रसिद्धी मिळाली ती १९६२ मध्ये प्रदर्शित झालेल्या 'आरती' या चित्रपटातील खलनायिकेच्या भूमिकेमुळे. या चित्रपटात मीनाकुमारी, अशोककुमार आणि प्रदीपकुमार यांच्या भूमिका होत्या. शशिकला यांनी बिमल रॉय यांच्या 'सुजाता' चित्रपटातही काम केलं होतं. 'आरती' या चित्रपटानंतर त्यांना साहाय्यक भूमिकांसाठी विचारणा होऊ लागली. 'अनुपमा', 'आयी मिलन की बेला', 'गुमराह', 'वक्त', 'खुबसूरत' अशा अनेक चित्रपटांमधून त्यांनी भूमिका केल्या. मात्र त्यांची खरी ओळख ही

खलनायिका अशीच राहिली. तसंच त्यांनी 'लेक चालली सासरला', 'महानंदा' अशा काही मराठी चित्रपटांत भूमिका साकारल्या. शशिकला यांनी 'जागा भाड्याने देणे आहे', 'पठ्ठे बापूराव', 'चाळीतील शेजारी', 'येरे माझ्या मागल्या', 'झालं गेलं विसरून जा', 'यंदा कर्तव्य आहे', 'सलामी', 'महानंदा', 'लेक चालली सासरला', 'धाकटी सून' या मराठी चित्रपटांमध्ये देखील भूमिका साकारल्या आहेत...

शशिकला यांना लहानपणापासून नृत्य, अभिनयाचा छंद होता. गणेशोत्सवात दरवर्षी सोलापूरच्या शुक्रवार पेठेत मानाच्या आजोबा गणपतीपुढे मेळे होत. या मेळ्यांमध्ये कवी संजीव, माधवराव दीक्षित, अंबण्णा शेडजाळे, चिकवीरय्या स्वामी, शिवलिंगप्पा जिरगे ही तत्कालीन कलावंत मंडळी सहभागी होऊन अभिनयकला पेश करीत असत. याच मेळ्यांमध्ये बालकलावंत म्हणून छोटी शशिकला हिला अभिनयाची संधी मिळाली. त्यांच्या अभिनयकलेला सोलापुरात प्रोत्साहन मिळालं आणि कालांतराने शशिकला चित्रपटसृष्टीत अभिनय करण्यासाठी मुंबईत गेल्या. तिथे त्यांच्या कलेला वाव मिळाला आणि त्यांचा लौकिक वाढत गेला. चित्रपटसृष्टीत स्थिरावण्यापूर्वीच विसाव्या वर्षी त्यांनी ओमप्रकाश सैगल यांच्याशी विवाह केला. इतक्या लहान वयात विवाह करण्याच्या निर्णयामुळे त्या चर्चेत आल्या. दोन मुली झाल्यानंतर मात्र त्यांचं वैवाहिक संबंध फार काळ तग धरू शकलं नाही. त्या पुन्हा एकदा दुसऱ्या व्यक्तीबरोबर परदेशात निघून गेल्या, मात्र त्या व्यक्तीकडून छळवणूकच त्यांच्या वाट्याला आली असं म्हटलं जातं. अखेर मायदेशी परतल्यानंतर त्यांनी काही काळ मदर तेरेसा यांच्याबरोबर स्वतःला सामाजिक कार्यात झोकून दिलं. त्यानंतर पुन्हा एकदा त्या मुंबईत परतल्या आणि सिनेमा-मालिकांमधून काम सुरू केलं. त्या काळात 'बादशाह', 'चोरी चोरी', 'कभी खुशी कभी गम' अशा चित्रपटांतून त्या पुन्हा रसिकांसमोर आल्या. त्यांनी त्या वेळी 'जीना इसी का नाम है', 'दिल देके देखो', 'अपनापण', 'सोनपरी'सारख्या मालिकांमधूनही काम केलं होतं.

बॉलिवूडचे 'ही-मॅन' म्हणून ओळखले जाणारे धर्मेंद्र यांनी

सुरुवातीच्या काळात शशिकला यांच्यासोबत काम केलं होतं. धर्मेंद्र यांनी दिलेल्या एका मुलाखतीमध्ये सांगितलं होतं, शशिकला यांच्यासोबत त्यांनी अनेक उत्तम सिनेमांत काम केलं. 'अनुपमा', 'देवर', 'फूल और पत्थर' हे तीन आमचे सर्वोत्तम सिनेमे होते. हिंदी सिनेसृष्टीमध्ये शशिकला त्यांना सीनिअर होत्या. धर्मेंद्रजी यांनी जेव्हा सिनेमांत करिअरला सुरुवात केली, तेव्हा शशिकला यांनी त्यापूर्वी अनेक सिनेमांत काम केलं होतं. धर्मेंद्रजी व शशिकला

यांची भेट पहिल्यांदा 'अनपढ' या सिनेमात झाली, ज्यामध्ये माला सिन्हा मुख्य भूमिकेत होत्या. हा सिनेमा त्यातील गाण्यांसाठी प्रसिद्ध झाला होता. या मुलाखतीमध्ये धर्मेंद्र यांनी शशिकला यांच्यासोबतच्या जुन्या आठवणींना उजाळा देताना सांगितलं की, "मी नवीन असल्याने सुरुवातीला सिनेमाच्या सेटवर मी खूप नर्व्हस व्हायचो, तेव्हा त्या मला समजवायच्या. माझ्याशी खूप आपुलकीने, प्रेमाने बोलायच्या. त्या म्हणायच्या, 'ए धरम, चल ये आमच्यासोबत येऊन जेव बरं. माझ्यासारख्या नवोदित कलाकारासोबत त्या प्रेमाने वागायच्या. त्यांचं हे वागणं मी कधीच विसरू शकत नाही" धर्मेंद्र यांनी या मुलाखतीमध्ये पुढे सांगितलं, "शशिकला म्हणजे खलनायिका हे नंतर समीकरण होऊन गेलं. ऋषिकेश मुखर्जी यांच्या 'अनुपमा' या सिनेमाने शशिकला या चौकटीच्या बाहेर आल्या. त्या सिनेमातील त्यांची भूमिका सकारात्मक होती. मला आजही आश्चर्य वाटतं की, त्यांनी इतक्या कमी सकारात्मक भूमिका का केल्या. खरंतर त्या खऱ्या आयुष्यात खूप सकारात्मक होत्या. प्राणजी यांच्याप्रमाणेच त्यांना एकाच

प्रकारच्या भूमिकांमध्ये अडकवलं गेलं."

शशिकला यांची संवाद फेकण्याची लकब, चेहऱ्यावरचे हावभाव यामुळे खलनायिकेच्या भूमिकेत त्या चपखल बसल्या. 'आरती', 'गुमराह', 'फूल और पत्थर' अशा चित्रपटांत त्यांनी खलनायिका रंगवली. 'नौ दो ग्यारह', 'कानून', 'जंगली', 'हरियाली और रास्ता', 'अनपढ', 'यह रास्ते हैं प्यार के', 'वक्त', 'देवर', 'अनुपमा', 'नीलकमल', 'तीन बहुरानियाँ', 'हमजोली', 'सरगम', 'क्रांती', 'रॉकी', 'बादशहा', 'कभी खुशी कभी गम', 'चोरी चोरी' अशा कित्येक चित्रपटांत त्यांनी काम केलं. पडद्यावर खाष्ट सासू त्यांनी गाजवली. शशिकला यांना 'आरती' आणि 'गुमराह' चित्रपटांसाठी 'फिल्मफेअर' पुरस्कार मिळाला होता. सिनेसृष्टीतील योगदानासाठी त्यांना २००७ मध्ये 'पद्मश्री' सन्मान बहाल करण्यात आला. याव्यतिरिक्त महाराष्ट्र सरकारचा राज कपूर गौरव, तसंच व्ही. शांताराम जीवनगौरव पुरस्कार प्रदान करण्यात आलेला आहे.

शशिकला यांच्या आयुष्यात अनेक चढ-उतार आले. संसारातील चटके, मनाप्रमाणे न मिळणाऱ्या भूमिका यामुळे दुःखी झालेल्या शशिकला पुढे मनःशांतीसाठी अध्यात्माकडे वळल्या. इगतपुरीच्या विपश्यना केंद्रात त्यांनी प्रवेश केला. ८० च्या दशकात मदर तेरेसांच्या कार्याने प्रभावित होऊन 'मिशनरीज ऑफ चॅरिटीज'मध्ये सेवा द्यायला सुरुवात केली. कुष्ठरुग्णांची सेवा करणं, फरशी पुसणं अशी पडेल ती कामं त्यांनी केली. जवळजवळ नऊ वर्षं त्यांना समाजसेवा केली. त्यानंतर पुन्हा एकदा त्या अभिनयाकडे वळल्या. चरित्र भूमिका त्यांनी साकारल्या. १९८८ मध्ये 'घर घर की कहानी' चित्रपटाच्या वेळेस त्यांच्याबाबीत अशा काही घटना घडल्या की, त्यांना चित्रपटसृष्टी सोडून दूर कुठे तरी जावं असं तीव्रतेने वाटू लागलं आणि त्यांनी खरोखरच चित्रपटसृष्टी सोडली आणि त्या धार्मिक पर्यटनाला बाहेर पडल्या. त्यांनी चारधाम यात्रा केली. ऋषिकेशच्या आश्रमात राहिल्या. परंतु खरी शांती द्वारकापुरी आणि गणेशपुरी आश्रमात मिळाल्याचं त्यांनीच एकदा सांगितलं होतं. शशिकला यांची छोटी मुलगी शैलजा तेव्हा कलकत्त्यात राहात होती. मुलीच्या एका मित्राच्या मदतीने शशिकला मदर टेरेसा यांच्या आश्रमात पोहोचल्या. परंतु एक तर त्या अभिनेत्री

आणि त्यातही खलनायिकेची इमेज. त्यामुळे त्यांच्याकडे त्या चांगल्या स्वभावाच्या आहेत या नजरेने बघायला कोणीच तयार नव्हतं. त्यांच्या अनेक मुलाखती घेण्यात आल्या. शिशुभवन आणि पुण्याच्या आश्रमात त्यांना मानसिक रोगी, वृद्ध आणि कुष्ठरोग्यांची सेवा करण्यास सांगितलं. इथे पडतील ती सर्व कामं शशिकला यांनी केली. या कामाने त्यांच्या मनाला शांती मिळाली आणि त्या त्यांच्या परीक्षेतही पास झाल्या. त्यानंतर तीन महिन्यांनी मदर टेरेसांबरोबर त्यांची भेट झाली, तेव्हा त्या मदर टेरेसा यांना बिलगून खूप वेळ रडत होत्या. मदर टेरेसा यांच्या संस्थेसाठी काम करण्यास सुरुवात केल्यानंतर गोरगरिबांची सेवा करणं हाच आपला धर्म असं त्यांनी मानलं होतं. १९९३ ला त्या परत आल्या तेव्हा त्यांच्या मोठ्या मुलीला कॅंसर झाल्याचं समजलं. दोन वर्षांतच मुलीचे निधन झालं. तेव्हा मुलीच्या लहान मुलांना सांभाळण्याची जबाबदारी शशिकला यांनी उत्कृष्टपणे सांभाळली. याच दरम्यान त्यांनी मालिकांमध्येही काम करण्यास सुरुवात केली.

त्यांनी जे काही भोगलं आहे ते त्यांच्या चेहऱ्यावर कधीही दिसू दिलं नाही आणि हाच त्यांचा खरा अभिनय म्हणता येईल. अनेक नाट्यमय घडामोडींनंतर आयुष्यात स्थिरावलेल्या शशिकला यांचा कायम हसरा चेहराच लोकांसमोर यायचा. हसरा चेहरा आणि लाघवी बोल असलेल्या शशिकला सळसळत्या उत्साहाने पडद्यावर आणि पडद्याबाहेरही वावरल्या. आपल्या छोट्या-मोठ्या भूमिकांमधून का होईना, सातत्याने अभिनय क्षेत्रात कार्यरत असलेल्या शशिकला या चित्रपटसृष्टीच्या इतिहासातील सुवर्णकाळाच्या साक्षीदार होत्या.

४ एप्रिल २०२१ रोजी दुपारी १२ वाजता शशिकला यांनी अखेरचा श्वास घेतला. त्यांच्या जाण्याने या सुवर्णपर्वातील आणखी एक पान गळून पडल्याची खंत चित्रपटसृष्टीत व्यक्त होत आहे. अशा दिग्गज सहजसुंदर अभिनेत्रीला मनापासून सलाम....

◆◆◆

सिनेसृष्टीचा 'दादा'माणूस.....

मराठी चित्रपटसृष्टीत आपला सुवर्णकाळ गाजवणारे मराठी अभिनेते-निर्माते, तसंच रसिकांच्या मनात आजही घर करून राहणारे व विनोदी शैलीत द्विअर्थी संवाद हे ठळक वैशिष्ट्य असणारे एकमेव दिग्गज अभिनेते म्हणजे अभिनयसम्राट दादा कोंडके...

दादा कोंडके

जन्म - ०८/०८/१९३२

मृत्यू - १४/०३/१९९८

'नायका'ला शोभेल अशी शरीरयष्टी नाही, प्रभावित करेल असं रूपही नाही, तरीही या अवलियाने प्रेक्षकांवर अधिराज्य गाजवलं. ज्यांच्या नावावर चित्रपट चालतात आणि प्रेक्षक पुन्हापुन्हा गर्दी करतात, अशा काही मोजक्या भाग्यवंत कलाकारांपैकी हे एक. त्यांच्या चित्रपटात डबल मीनिंगची वाक्यं असतात, म्हणून त्यांचा सेन्सॉर बोर्डाच्या सदस्यांशी नेहमी वाद होत असे. परंतु ही कलाकार व्यक्ती जबरदस्त बुद्धिमान होती, ते बोलता बोलता असा शब्द फिरवत की ऐकणारा आपण आधी काय ऐकलं ह्यावर विश्वास ठेवू शकत नसे. वरळीच्या 'करिअर डबिंग स्टुडिओ'मध्ये 'ह्योच नवरा पाहिजे' या चित्रपटाचं डबिंग सुरू होतं, तेव्हा तिथली एक आठवण आहे. बलात्काराच्या प्रसंगाचा सीन

होता. या सीन करिता जयश्री टी ज्या या चित्रपटाच्या नायिका होत्या आणि मोहन कोठीवान ह्या दोघांचं डबिंग सुरू होतं. त्या वेळी जयश्रीबाई यांनी उत्तमपणे डबिंग केलं, तेव्हा हा अवलिया कलाकार पटकन तीन शब्दांचं एक वाक्य बोलला आणि सर्वांनी एकमेकांकडे चमकून पाहिलं. तेव्हा या कलाकाराच्या लक्षात आलं की, आपण भलतंच बोलून गेलो आणि क्षणार्धात त्या शब्दांची फोड अशी केली की, त्यांच्या वाक्याचा अर्थच बदलून गेला. अर्थात तो शब्द इथे सांगू शकत नाही. दुसरा प्रसंग नगारा वाजवण्याचा होता. स्टुडिओमध्ये नगारा नव्हता करणार काय? क्षणार्धात हा कलावंत त्या माइकसमोर गेला आणि स्वतःचा शर्ट वर करून, स्वतःचं पोट माइकसमोर आणून असं वाजवलं की, नगाऱ्याच्या आवाजाचं फिलिंग निर्माण झालं. असा हा अवलिया कलावंत. रेकॉर्डिंग रूममध्ये ते कधी एका जागी स्वस्थ बसले नाहीत. ते सतत काही ना काहीतरी करत असत, कुणाला तरी सूचना देत किंवा कुणाशी तरी बोलत असत. मराठी चित्रपटसृष्टीत आपला सुवर्णकाळ गाजवणारे मराठी अभिनेते-निर्माते तसंच रसिकांच्या मनात आजही घर करून राहणारे व विनोदी शैलीत द्विअर्थी संवाद हे ठळक वैशिष्ट्य असणारे एकमेव दिग्गज अभिनेते म्हणजे अभिनयसम्राट दादा कोंडके...

मूळ नाव कृष्णा खंडेराव कोंडके; मात्र 'दादा कोंडके' या नावानेच ते सुपरिचित. दादांचा जन्म लालबागचा, गिरणी-कामगाराच्या पोटी. ८ ऑगस्ट, १९३२ रोजी, गोकुळाष्टमीच्या शुभप्रसंगी लाभलेल्या या पुत्र'रत्ना'चं कृष्णा म्हणून नामकरण करण्यात आलं. पोर वयातच या कृष्णाच्या लीला उसळून बाहेर येऊ लागल्या. शाळकरी वयातच त्यांना गल्लीतले 'दादा' म्हणून ओळखलं जात असे. ही 'बिरुदावली' नंतर कायम राहिली. ज्येष्ठ बंधूंच्या अकाली निधनामुळे घर सांभाळायची जबाबदारी त्यांच्यावर आली. 'अपना बजार' मध्ये दरमहा साठ रुपये वेतनावर कामावर असतानाच दादा सेवादलाच्या बँडमध्ये काम करू लागले. कलेचा नाद शांत बसू देईना, म्हणून प्रसिद्ध गाण्यांची विडंबनं करणे, विचित्र गाणी रचणे, त्यांना चाली लावणे हे फावल्या वेळेतले छंद त्यांनी जोपासले. लहानपणापासून खोड्याळ (काहीसे

मवाली) असलेल्या दादांनी 'अपना बजार' येथे नोकरी केली. एका वर्षातच त्यांच्या कुटुंबातल्या प्रमुख व्यक्तींशी ते दुरावले व तेव्हापासून एकटे पडलेल्या दादा कोंडकेंनी जीवन हे खेळकरपणे घालवण्याचा निश्चय केला. नायगाव परिसरात 'बँडवाले दादा' ह्या नावाने त्यांना लोक ओळखू लागले. तिथेच त्यांना जीवाभावाचे मित्र मिळाले. सुपरस्टार झाल्यावरही दादा तिथे जात व जुन्या मित्रमंडळीत रमत. बालवयातच त्यांच्यावर वारकरी संप्रदायाचे संस्कार झाले. घरात सतत भजने होत असल्यामुळे त्यांना गीतलेखन व गायनाचं कौशल्य अवगत झालं. ते अनेक वाद्यंही वाजविण्यास शिकले. बालपणापासूनच खोडकर स्वभावाच्या दादांचं शिक्षणात मात्र फारसं मन रमलं नाही. त्यामुळे त्यांचं शिक्षण दहावीपर्यंतच झालं. याच काळात त्यांचा विविध सामाजिक चळवळींशी संपर्क आला. त्यातूनच ते राष्ट्र सेवा दलाशी जोडले गेले. अंगच्या उपजत कलागुणांमुळे त्यांना राष्ट्र सेवा दलाच्या कलापथकात काम मिळालं. तिथे ते शाहीर म्हणून नावारूपास आले. वगनाट्यात भूमिका करणे, पोवाडे रचणे व गाणे आदी कामं करू लागले. या काळात राम नगरकर, निळू फुले आदी कलाकार त्यांचे सहकारी होते.

पथ-नाट्यात आपल्या विनोदाच्या टाइमिंगवर हशा उसळवणाऱ्या

दादांचं प्रसिद्ध होणं त्यांच्या सेवादलातील साथीदारांना पाहवलं नाही. ‘खणखणपूरचा राजा’ मधील गाजणारी भूमिका सोडून, सेवा दलातून फारकत घेत दादांनी स्वतःचा फड उभारला. आता शाहीर दादा कोंडके वसंत सबनीसांच्या ‘विच्छा माझी पुरी करा’ नाटकातून पुन्हा रंगभूमीवर उतरले. दादांच्या आयुष्यातील हे वळण दादांच्या आणि एकूणच महाराष्ट्राच्या भविष्यावर फार मोठे उपकार करून गेलं. दादांनी परत मागे वळून कधी पाहिलंच नाही. ‘विच्छा’चे १५०० हून अधिक प्रयोग झाले आणि दादांसारखं रत्न भालजी पेंढारकरांसारख्या पारख्याच्या नजरेस पडलं. मराठी रंगभूमीवर दादांना मिळालेलं यश पाहून सुप्रसिद्ध चित्रपट निर्माते-दिग्दर्शक भालजी पेंढारकर यांनी दादांना त्यांच्या ‘तांबडी माती’ या चित्रपटात सहनायकाची भूमिका दिली; मात्र हा चित्रपट म्हणावा तसा चालला नाही. रंगमंचावर हजारो प्रेक्षकांना खिळवून ठेवणारा हा अभिनेता सिनेमाच्या पडद्यावर लोकांना का आवडला नाही?, असा प्रश्न भालजी पेंढारकरांना पडला होता. पुढे पेंढारकरांच्या अचूक मार्गदर्शनामुळे दादांनी ‘सोंगाड्या’ या चित्रपटाची निर्मिती केली. या चित्रपटाने अभूतपूर्व असं यश व लोकप्रियता संपादन केली आणि मराठी चित्रपटसृष्टीत नवा इतिहास रचला. त्यानंतर एकापाठोपाठ एक ‘एकटा जीव सदाशिव’, ‘आंधळा मारतो डोळा’, ‘पांडू हवालदार’, ‘तुमचं आमचं जमलं’, ‘राम राम गंगाराम’, ‘बोट लावीन तिथं गुदगुल्या’, ‘ह्योच नवरा पाहिजे’, ‘आली अंगावर’, ‘मुका घ्या मुका’, ‘मला घेऊन चला’, ‘पळवा पळवी’, ‘येऊ का घरात’, ‘सासरचं धोतर’, ‘वाजवू का?’ तसंच हिंदी चित्रपटांमध्ये ‘तेरे मेरे बीच में’, ‘अंधेरी रात में दिया तेरे हाथ में’, ‘आगे की सोच’, ‘खोल दे मेरी जुबान’ यांचा समावेश आहे. याव्यतिरिक्त भालजी पेंढारकर दिग्दर्शित ‘गनिमी कावा’ या अन्य एका मराठी चित्रपटात, तसंच मेहुलकुमार दिग्दर्शित ‘चंदू जमादार’ व ‘राम राम आमथाराम’ या दोन गुजराती चित्रपटांत त्यांनी भूमिका केल्या. अत्यंत साधं कथानक, ठसकेबाज आणि ग्रामीण बाजाची गाणी, विनोदी सादरीकरण यांमुळे दादांचे चित्रपट प्रेक्षकांना आवडले. मराठीतही चांगल्या चित्रपटांना प्रेक्षक आहे, हे दादांच्या चित्रपटांनी दाखवून दिलं.

१९७१ ते ९७ या तब्बल २६ वर्षांच्या कालखंडात दादा कोंडके सातत्याने मनोरंजन करणारे चित्रपट देत होते. या कालखंडात दादांच्या चित्रपटांवर ना हिंदी सिनेमांचा परिणाम झाला, ना दूरचित्रवाणीच्या आगमनाचा! आकर्षक गाणी, उडत्या चाली व धमाल संवाद यांसोबतच दादांनी त्या काळच्या प्रचलित धारणांनुसार जो नायक उभा केला, तो प्रेक्षकांना आपलासा वाटला. गावंढळ अशी अर्धी चड्डी, साधाभोळा पण बोलण्यात फटकळ असा हा नायक सर्वार्थांनी वेगळा होता, म्हणूनही त्याला खऱ्या अर्थाने लोकाश्रय प्राप्त झाला होता. दादांच्या चित्रपटांमुळे पूर्णतः डबघाईस आलेल्या मराठी चित्रपटसृष्टीला त्या काळात नवसंजीवनी मिळाली. व्यवसाय म्हणून चित्रपटनिर्मिती करून ती यशस्वी होण्यासाठी वितरणप्रणालीपासून सर्वच

यंत्रणा विकसित करण्यात दादांनी स्वतःचं वेगळेपण दाखवलं होतं. त्यांची स्वतःची 'कामाक्षी' नावाची चित्रपट-वितरण संस्था व 'सदिच्छा' नावाची चित्रपटनिर्मिती संस्था होती. उषा चव्हाण या नायिकेबरोबर त्यांची जोडी विशेष लोकप्रिय ठरली. याशिवाय त्यांच्या चित्रपटांत आईचं पात्र निभावणाऱ्या रत्नमालाबाई, संगीतकार राम-लक्ष्मण, पार्श्वगायनासाठी महेंद्र कपूर यांचा आवाज आदी घटकही तितकेच लोकप्रिय ठरले. १९७२ मध्ये 'एकटा जीव सदाशिव' प्रदर्शित झाला. या चित्रपटाची हाईप इतकी झाली होती, की खुद्द राज कपूरने आपला मुलगा ऋषी कपूर यांना लाँच करताना चित्रपटाची तारीख पुढे ढकलली आणि 'बॉबी' पाच महिने उशिरा प्रदर्शित झाला. असं म्हणतात की, 'बॉबी' प्रदर्शित करताना राज

कपूरयांना सिनेमागृहांना 'एकटा जीव सदाशिव' उतरवण्याची विनंती करायला लागली होती. 'बॉबी' गाजलाच; पण त्यामागोमाग आलेल्या 'आंधळा मारतो डोळा'ने लाईम-लाईट पुन्हा दादा कोंडकेंवर आणला. १९७५ मध्ये 'पांडू हवालदार'च्या रूपात दादा पुन्हा पडद्यावर आले. पांडू हवालदार मध्ये दादांनी 'अशोक सराफ' या उमद्या कलावंताला संधी दिली. यातूनच दादांची दूरदृष्टी दिसून येते.

दादा कोंडके यांचे ओळीने नऊ चित्रपट रौप्यमहोत्सवी ठरले. त्यांच्या विक्रमाची नोंद गिनिज वर्ल्ड बुकात झाली आहे. बहुजन समाजाच्या अभिरुचीची नाडी नेमकी ओळखून सर्वसामान्य प्रेक्षकांना रुचतील असे ग्रामीण बाजाचे विनोदी चित्रपट निर्माण केल्याने त्यांनी अफाट लोकप्रियतेचा एक उच्चांकच प्रस्थापित केला. त्यांच्या निधनानंतर 'शाहीर दादा कोंडके प्रतिष्ठान' ही संस्था स्थापन करण्यात आली आहे. 'एकटा जीव' हे अनिता पाध्ये यांनी शब्दबद्ध केलेलं त्यांचं आत्मचरित्र खूपच लोकप्रिय ठरलं. मराठी चित्रपटांतल्या विनोदी ढंगातील संवादफेकीमुळे त्यांच्या भूमिका लोकप्रिय झाल्या. अभिनयासोबतच त्यांनी प्रामुख्याने मराठी भाषेतील व सोबतच हिंदी व गुजराती भाषांतील चित्रपटांची निर्मितीही केली. प्रेक्षकांना नेमकं काय हवं आहे याची चांगलीच जाण त्यांना होती. कमरेखालचे विनोद असं हिणवणारेसुद्धा त्यांचे चित्रपट मिटक्या मारत बघतात. दादांनी मराठीत एकूण १६ चित्रपटांची निर्मिती केली. विशेष म्हणजे सर्व चित्रपट रौप्यमहोत्सवी ठरले. या विक्रमामुळे त्यांचं नाव गिनीज बुकात नोंदलं गेलं. त्यांनी हिंदीतसुद्धा ४ चित्रपटांची निर्मिती केली. दादांना एका भविष्यावाल्याने सांगितलं होतं, तू आयुष्यात कधीही प्रगती करणार नाहीस; परंतु दादा चाळीपासून शिवाजी पार्कमध्ये मोठ्या बंगल्यापर्यंत पोहचले. महाराष्ट्राचे मुख्यमंत्री व्हायचं हे त्यांच स्वप्न होतं. त्यांनी याची कबुली स्वतः एका मुलाखतीत दिली होती. दादांचं हे स्वप्न अपूर्णच राहिलं. मृत्यूनंतरही वादांनी दादांचा पिच्छा पुरवला. वाद होता दादांच्या वारसा हक्कांबाबत. दादांनी मृत्युपत्रात आपल्या संपत्तीची कार्यवाह म्हणून एक संस्था स्थापन करायला सांगितलं होतं. विश्वस्त म्हणून उषा चव्हाण, डॉ. अनिल वाकणकर, साबीर शेख

(त्या काळचे कामगार मंत्री), गजानन शिर्के व वसंत भालेकरांचा समावेश होता. पुढे दादांच्या वारसांनी त्यांच्या मृत्युपत्राला न्यायालयात आव्हान दिलं व त्यांची सर्व संपत्ती वादग्रस्त ठरली.

मराठी भाषेवरील मजबूत पकड, शब्दांचं सामर्थ्य, हजरजबाबीपणा आणि फ्री स्टाइल अभिनय म्हटलं की एकच नाव आठवतं ते म्हणजे अभिनेता दादा कोंडके. विषय कोणताही असो, तो आपल्याला हवा तसाच वळवायचा आणि बिनदिक्कतपणे समोरच्याला पटवूनही द्यायचा, ही त्यांची खास हातोटी. 'आये' हा शब्द तर जणू दादांचा कॉपीराइटच. मराठी मातीची नस दादांना अचूक सापडली होती म्हणूनच त्यांचे सर्वच चित्रपट सुपरहिट ठरले. ग्रामीण जीवन आणि सर्वसामान्य व्यक्तिरेखा हा त्यांच्या चित्रपटाचा बाज. शहरी जीवन, त्यातून आलेला बकालपणा, ग्रामीण जनतेची शिक्षितवर्गाकडून होणारी कुचंबणा हे त्यांच्या चित्रपटाचे विषय असत. मराठीत निर्मिती केलेल्या सर्वच चित्रपटांत सबकुछ दादाच असत. अभिनयापासून ते दिग्दर्शनापर्यंत सर्वच कामं ते स्वत: करत. मात्र, त्यांचा मोठेपणा असा की, सर्व कामं स्वत: करूनही त्याचं श्रेय ते एकटे कधीच घेत नसत, तर सोबतच्या मंडळींना त्याचं श्रेय ते देत असत. त्यांच्या चित्रपटांमध्ये झळकणाऱ्या पाट्यांमधूनही ते दिसतं. दादा कोंडके यांच्यावर खूप काही लिहू शकतो, परंतु एकच सांगतो, परत दादा कोंडके होणे नाही. दादा कोंडके यांचं १४ मार्च १९९८ रोजी दादरला त्यांच्या राहत्या घरी हृदयविकाराच्या झटक्याने निधन झालं आणि मराठी चित्रपटाला संजीवनी देणारा निर्माता, कलाकार आपल्यातून निघून गेला. अशा दिग्गज कलावंताला मनापासून सलाम.

◆◆◆

एका शोकान्त नायकाचं स्मरण...

बुलंद आवाज, अभिनय आणि संवादफेक या जोरावर स्वतःचं स्थान निर्माण करणारे; ग्रामीण आणि शहरी अशा दोन्ही प्रकारच्या मराठी चित्रपटांमध्ये कसदार अभिनय करणारे हरहुन्नरी अभिनेते म्हणजेच अभिनयसम्राट अरुण सरनाईक.

अरुण सरनाईक

जन्म - ०४/१०/१९३५

मृत्यू - २१/०६/१९८४

'सिंहासन'मधले मुख्यमंत्री पत्रकार दिगूला म्हणजे निळू फुलेंना एका प्रसंगी म्हणतात, 'अरे, मला जायचं होतं देवाच्या आळंदीला, पण येऊन बसलो चोराच्या आळंदीत.' हे विधान त्या अभिनेत्याच्या अभिनय प्रवासालाही लागू होत नाही का? त्यांचा अभिनय नैसर्गिक आणि सहजपणाने घडणारी कला होती. 'सामना' आणि 'सिंहासन' या दोन सिनेमांमुळे जब्बार पटेल हे मोठे दिग्दर्शक आहेत, असा आमचा समज होता. त्यालाही बोलता बोलता या कलाकाराने सुरुंग लावला. "त्याला काय कळतंय सिनेमातलं? 'सामना'तला तो बसचा शॉट केवढा लांबडा घेऊन ठेवला होता. कापायला लावला त्याला." असं या कलाकारालाच बोलण्याचा अधिकार होता. आपण समजतो तसं सगळंच ग्रेट

नसतं. मोठ्यांच्या मर्यादा सांगायला तेवढाच मोठा माणूस लागतो हे ज्ञान आमच्या दृष्टीने मोठं होतं. तिसरं एक ज्ञान त्यांनी दिलं ते अभिनयाबाबत. 'सिंहासन' सिनेमातला तुमचा मुख्यमंत्री इतरांपेक्षा वेगळा का वाटतो? या प्रश्नावर ते म्हणाले, "सगळे अभिनय करत होते. मी अभिनय करत नव्हतो." किती सहज पण महत्त्वचं विधान होतं हे. अभिनय ही मुद्दाम करावी अशी गोष्ट नसते. आपण ज्या नैसर्गिकपणाने जगतो, वावरतो तेवढ्या सहजपणाने ती घडली पाहिजे, हेच ते सांगत होते. अभिनयाच्या पाठशाळेतला मूलभूत धडाच ते सांगून गेले. मनासारखे सिनेमे, मनासारख्या भूमिका मिळाल्या नाहीत. जे केलं ते तडजोड म्हणून, पण प्रामाणिकपणे केलं. भेटलेल्या प्रत्येक भूमिकेचं चीज करणारा अस्सल कलावंत म्हणजेच अभिनयसम्राट अरुण सरनाईक.

अरुण शंकरराव सरनाईक यांच्या घरातच कला होती. अरुण यांचे वडील शंकरराव सरनाईक हे संगीतज्ञ होते, तर त्यांचे काका निवृत्तीबुवा सरनाईक हे प्रख्यात शास्त्रीय गायक. अरुण यांना या दोन्ही वडिलधाऱ्यांकडूनच संगीताचे धडे मिळाले. त्यामुळे अभिनयात नावारूपास येण्यापूर्वीच अरुण यांनी पेटी व तबला या वाद्यांच्या वादनात कौशल्य मिळवलं होतं. कलाक्षेत्राचं दार उघडण्यास अरुण यांना संगीताची हीच आवड उपयोगी ठरली. तत्पूर्वी मुंबईच्या रुईया महाविद्यालयामधून त्यांनी पदवीही मिळवली. तसंच कलाक्षेत्रात थेट उडी न मारता इचलकरंजीला एका कारखान्यात व्यवस्थापक म्हणूनही काही काळ काम पाहिलं. परंतु तिथे त्यांचा जीव काही रमला नाही. याच सुमारास मो. ग. रांगणेकर हे 'भटाला दिली ओसरी' हे नाटक बसवीत होते. अरुण यांनी या नाटकात काम केलं. याच वेळी त्यांच्याकडे एक उत्कृष्ट संधी चालून आली. 'शाहीर प्रभाकर' हा चित्रपट करण्याचं विख्यात दिग्दर्शक व्ही. शांताराम यांच्या मनात घोळत होतं. अरुण यांनी यातील शीर्षक व्यक्तिरेखा साकारावी, असं त्यांच्या मनात होतं. परंतु काही कारणांमुळे हा चित्रपट बनला नाही आणि अरुण यांचं चित्रपटसृष्टीतील पदार्पण काही काळ लांबलं. प्रख्यात लेखक-दिग्दर्शक अनंत माने यांच्या 'शाहीर परशुराम' या चित्रपटात अरुण यांना एक दुय्यम भूमिका मिळाली. या भूमिकेपाठोपाठ

लेखक-दिग्दर्शक दिनकर द. पाटील यांचा 'वरदक्षिणा' आणि दत्ता धर्माधिकारी यांचा 'विठू माझा लेकुरवाळा' हे चित्रपटही अरुण यांना मिळाले. परंतु हे तिन्ही चित्रपट फार मोठं यश मिळवू शकले नाहीत. एक देखणा, रुबाबदार नायक

चांगल्या संधीविना उपेक्षित राहणार, अशी भीतीही निर्माण झाली. परंतु, त्यानंतर आलेल्या 'रंगल्या रात्री अशा' या चित्रपटाने किमया केली आणि 'अरुणोदय' झाला. या चित्रपटाने अरुण यांना मोठी लोकप्रियता मिळाली. या चित्रपटासाठी प्रख्यात तबलावादक उस्ताद अल्लारखाँ यांनी तबलावादन केलं होतं. प्रत्यक्ष चित्रपटात सरनाईकांची तबल्यावरील सफाई पाहून अल्लारखाँनी त्यांचं कौतुक केलं होतं.

प्रतिभा असूनही नवीन कलाकाराला आपला जम बसविणे सहजासहजी शक्य नसतं. कारण, त्याच्यापुढे त्या काळातील मोठमोठी आव्हानं उभी असतात. सरनाईकांचा उदय झाला तेव्हा चंद्रकांत, सूर्यकांत, विवेक, रमेश देव यांसारख्या अभिनेत्यांची कारकीर्द ऐन भरात होती. त्यामुळे सरनाईक यांची डाळ शिजणं थोडं कठीण होतं. परंतु बुलंद आवाज, अभिनय आणि संवादफेक या जोरावर ते बघताबघता इतरांच्या पुढे गेले. ग्रामीण आणि शहरी अशा दोन्ही प्रकारच्या कथानकांच्या उंबरठ्यावर त्या काळातला मराठी चित्रपट होता. अरुण सरनाईक यांनी या दोन्ही प्रकारच्या चित्रपटांमध्ये मातब्बरी मिळवली. सुरुवातीच्या काळातच त्यांनी भूमिकांची प्रयोगशीलता जपली. राजा ठाकूर दिग्दर्शित 'पाहू रे किती वाट' या चित्रपटात ते डॉ. चारुदत्त या नायकाच्या व्यक्तिरेखेत झळकले, तर 'सुभद्राहरण' या चित्रपटात त्यांनी थेट दुर्योधन (खलनायक) साकारला. सरनाईक यांची कारकीर्द उंचावण्यास कारणीभूत

ठरलेले चित्रपट म्हणजे 'एक गाव बारा भानगडी', 'केला इशारा जाता जाता', 'सवाल माझा ऐका', 'सिंहासन' आदी चित्रपट. 'सवाल माझा ऐका'मधील त्यांचा ढोलकीवाला जयवंत आजही रसिकांच्या लक्षात आहे. 'केला इशारा जाता जाता' या चित्रपटातही त्यांनी असाच ढोलकीवाला साकारला होता. 'पाच नाजूक बोटे' या चित्रपटात सरनाईकांनी सज्जन आणि दुर्जन भावांची दुहेरी भूमिका मोठ्या ताकदीने सादर केली. 'मुंबईचा जावई'मधील सरनाईकांचा नाटकवेडा अविनाश लक्षणीय ठरला. डॉ. जब्बार पटेल दिग्दर्शित 'सिंहासन'मधील जयाजीराव शिंदे ही मुख्यमंत्र्यांची व्यक्तिरेखा सरनाईकांच्या कारकीर्दीमधील कळसाध्याय ठरली. मुख्यमंत्र्यांच्या व्यक्तिमत्त्वासाठी आवश्यक असलेलं भावदर्शन सरनाईकांनी या व्यक्तिरेखेत एकवटलं होतं.

सरनाईकांमधील संगीताचा आविष्कार पडद्यावर आणण्यास कारणीभूत ठरले ते संगीतकार राम कदम. त्यांनी 'डोंगराची मैना' आणि 'गणगौळण' या दोन चित्रपटांत सरनाईकांना पार्श्वगायनाची संधी दिली. 'घरकुल' या चित्रपटासाठी सी. रामचंद्र यांनी त्यांच्याकडून 'पप्पा सांगा कुणाचे' हे अजरामर गीत गाऊन घेतलं. त्यानंतर काही वर्षांनी आलेल्या 'चंदनाची चोळी अंग अंग जाळी' या चित्रपटामधील 'एक लाजरा न साजरा मुखडा चंद्रावाणी फुलला गं...' हे गाणंही त्यांच्यामधील श्रेष्ठ गायकावर शिक्कामोर्तब करणारं ठरलं. अभिनयातील व्यग्रता कायम ठेवत, आपण समाजाचं देणं लागतो या भावनेला त्यांनी छेद दिला नाही. चित्रीकरणातून वेळ मिळाला की, कुष्ठरुग्णांसाठी काम करणाऱ्या 'आनंदग्राम'मध्ये ते स्वतःला झोकून द्यायचे. सरनाईक यांचा अभिनय अधिक नैसर्गिक होता. त्यांच्या अभिनयाची जातकुळी हिंदीमधल्या बलराज सहानी किंवा नसिरुद्दीन शाह यांच्यासारखी होती. अरुण सरनाईकांच्या वाट्याला आव्हानात्मक भूमिका अपवादानेच आल्या. त्यांच्या ऐन उमेदीच्या काळात मराठीत तमाशापटांची चलती होती, त्यातून वेगळ्या भूमिकांना फारसा वावच नव्हता.

२५ वर्षांच्या कालावधीत त्यांनी सुमारे पाऊणशे सिनेमे आणि २५ नाटकांमध्ये भूमिका केल्या. जयश्री गडकर आणि अरुण सरनाईक हे

कधीकाळी मराठी निर्मात्ये, दिग्दर्शकांसाठी चलनी नाणं होतं. व्यावसायिक रंगभूमीवर नानावटी खटल्यावर आधारित ‘अपराध मीच केला’ हे मधुसूदन कालेलकर यांनी लिहिलेलं नाटक खूप गाजलं. त्यात सरनाईक यांची प्रमुख भूमिका होती. चंद्रलेखा निर्मित ‘गुड बाय डॉक्टर’, ‘झुंज’, तसंच ‘चिं. त्र्यं. खानोलकर’ यांचं ‘रखेली’ ही त्यांची काही गाजलेली नाटकं. ‘सोळावं वरीस धोक्याचं’, ‘भानगडीशिवाय घर नाही’ अशा नाटकांतूनही त्यांनी भूमिका केल्या. व्ही. शांताराम यांच्या ‘चंदनाची चोळी, अंग अंग जाळी’, तसंच ‘घरकुल’ सिनेमातून त्यांची गायनक्षमता दिसून येते. चंद्रकांत आणि सूर्यकांत हे सरनाईकांच्या काळातले कलावंत. आपल्यापेक्षा सरनाईक यांची अभिनयक्षमता मोठी होती, हे ते मान्य करायचे. सरनाईक यांना हिंदी सिनेमांचे दरवाजे खुले झाले होते. नसिरुद्दीन शाह आणि स्मिता पाटील यांच्याबरोबर 'सितम' सिनेमात त्यांना भूमिका मिळाली होती. आणखी दोन हिंदी सिनेमांचं चित्रीकरण सुरू होणार होतं. हिंदीतल्या तीन सिनेमांच्या ऑफर्स त्यांना आलेल्या होत्या. मात्र त्यांच्या मृत्यूने पुढचा सगळा अभिनयाचा प्रवासच थांबवला. गिरीश कर्नाड यांच्या ‘तुघलक’ नाटकात अरुण सरनाईक यांची मुख्य भूमिका होती. १९७२ च्या दरम्यान त्याचे मुंबईत सलग प्रयोग झाले.

आविष्कार निर्मित या प्रयोगाची नाट्यवर्तुळात चर्चा झाली. तापस सेन यांची प्रकाशयोजना, दामू केंकरे यांचं नेपथ्य आणि अरविंद देशपांडे यांचं दिग्दर्शन प्रयोगाला लाभलं होतं. त्यातील सरनाईकांच्या 'तुलघक'च्या भूमिकेने स्वतः कर्नाडही प्रभावित झाले. मी पाहिलेल्या आतापर्यंतच्या 'तुघलक'मधे सरनाईकांचा तुघलक सर्वांत प्रभावी होता, असं कर्नाड यांनी तेव्हा म्हटलं होतं. त्यांचं हे विधान म्हणजे अरुण सरनाईक यांच्या 'अभिनयक्षमतेला मिळालेलं प्रशस्तिपत्र' म्हणता येईल.

कलावंत म्हणून सरनाईक अत्यंत अशांत होते. आपण काय दर्जाचे सिनेमे केले याची त्यांना जाणीव असावी. त्यावेळी मृत्यूच्या एक महिना आधी सरनाईकांनी शिवाजी विद्यापीठातल्या अभिनय कार्यशाळेत तरुण मुलांशी संवाद साधला. अखंडपणे सिगारेट ओढत ते तासभर बोलत होते. तेव्हा त्यांची विधानं धक्कादायक, मेंदूला झिणझिण्या आणणारी वाटली. पण आता त्यामागची वेदना लक्षात येतेय. संध्याकाळची वेळ होती. बोलता बोलता सरनाईकांनी विचारलं, कुणाकुणाला नट व्हायचंय, हात वर करा. सतरा-अठरा मुलं होती. एकाने दबकत हात वर केला. 'पहिल्यांदा हक्काची पानपट्टीची का असेना गाडी टाक, मग अभिनयाच्या क्षेत्रात ये.' ते असं का म्हणताहेत हे कुणालाच कळत नव्हतं. ते पुढं म्हणाले, 'तुम्ही गरजू आहात असं कळलं की, लोक तुम्हाला हवं तसं वापरून घेतात. केलेल्या कामाचे पैसेसुद्धा नीट देत नाहीत.' सरनाईक यांच्या विधानामागे अनुभवांचा कडवटपणा होता. अभिनय हा त्यांचा पूर्णवेळचा व्यवसाय होता. सिनेमा आणि नाटकाच्या प्रयोगांतून पुरेसे पैसे मिळत नव्हते. आज टीव्ही मालिकांमुळे कलावतांची गुणवत्ता घसरली असली तरी आर्थिक प्रश्न कमी झालेत. पण तडजोडी आहेतच. सरनाईक यांना त्या अधिक प्रमाणात कराव्या लागल्या असाव्यात. पैशासाठी म्हणून सरनाईक यांनी कधीच कुणा दिग्दर्शक, निर्मात्याची अडवणूक केली नाही. ते किती पैसे मिळणार हे कधीच विचारायचे नाहीत, असं अनंत माने सांगायचे. मात्र त्यांच्या स्वभावाचा अवाजवी फायदा घेतला गेला. स्वतःच्या मूलभूत गरजा भागतील असा एखादा व्यवसाय असायला हवं. मग ती पानपट्टी का असेना, तर आपण

आपल्या बोलीवर जगू शकतो. हव्या त्या भूमिका करू शकतो किंवा नाकारू शकतो, असं त्यांना सुचवायचं असावं. त्याचा खुलासा त्यांनी पुढच्या एका प्रश्नाचं उत्तर देताना केला. तुम्ही तमाशापटातून भूमिका का केल्या, असा तो प्रश्न होता. 'काय करणार. पैसा लागतो ना? तो कुठून मिळवणार? मुलगा इंजिनियर, मुलगी मेडिकलला. त्यांचं शिक्षण करायचंय, तर ते करणं भाग होतं.' त्यांच्या या विधानात अभिनेता मागे पडून 'कुटुंबवत्सल बाप' दिसत होता.

सुमारे साडेतीन दशकांच्या कारकीर्दीत सर्व काही मिळाल्यानंतर सरनाईकांना वेध लागले होते ते निवृत्तीचे. शक्यतो कलाकार कधीच निवृत्त होत नसतो. मात्र इतरांपासून वेगळा असणारा हा कलाकार गावी जाऊन शेती करण्याचे मनसुबे बांधत होता. आयुष्यभर धावपळ, दगदग झाल्यानंतर गावी घर बांधून तिथे विश्रांती घेण्याचाही त्यांचा विचार होता. परंतु, तो नियतीला काही मंजूर नव्हता. २१ जून १९८४ च्या पहाटे 'पंढरीची वारी' या चित्रपटाचं चित्रीकरण आटोपून कोल्हापूर-पुणे असा आपल्या कुटुंबीयांसमवेत प्रवास करीत असताना त्यांच्या मोटारीला अपघात झाला आणि हा कलावंत काळाच्या पडद्याआड गेला. त्या वेळी सरनाईकांचं वय पन्नाशीच्या आसपास होतं. वयाने आणखी काही वर्षं साथ दिली असती, तर कदाचित या कलावंताकडून आणखी काही उत्कृष्ट कलाकृती आपल्याला पाहायला मिळाल्या असत्या. अशा हरहुन्नरी कलावंताला मानाचा मुजरा.

◆◆◆

'अफलातून टायमिंग'चा स्टेशन मास्तर.....

नव्या कलाकारांचं कौतुक करणारे, वरकरणी गंभीर दिसणारे; पण आतून तितकेच खट्याळ असणारे आणि अंगभूत अभिनयाच्या जोरावर स्वत:चा वेगळा ठसा उमटवणारे उत्तम विनोदी अभिनेते म्हणजेच किशोर प्रधान.

किशोर प्रधान

जन्म - ०१/११/१९३६

मृत्यू - ११/०१/२०१९

साधारणत: २०१३ चा हा अनुभवप्रसंग. एका दिवाळी अंकाच्या प्रकाशनाचा कार्यक्रम होता. त्या कार्यक्रमासाठी अनेक लेखक व मान्यवर उपस्थित राहणार होते. ज्यांच्या हस्ते प्रकाशन होणार होतं, ती व्यक्ती वेळेच्या आधी येऊन थांबली होती. एकदम साधं राहणीमान होतं. सुरुवातीला मी त्यांना ओळखलंच नाही. जेव्हा प्रकाशन झालं आणि ते बोलायला लागले, तेव्हा मला त्यांच्यात दडलेला खरा कलाकार दिसला. आपण दिसत कसेही असलो, तरी आपलं ज्ञान व कला ही सर्वश्रेष्ठ असते, हे त्यांच्या बोलण्यातून मला जाणवलं. नंतर मला कळलं की, ते स्वतः उत्तम वाचक असल्याने त्यांना अशा कार्यक्रमांना यायला आवडतं. त्या वेळीपण ते कुठलंही मानधन न घेता, स्वतःच्या खर्चाने त्या कार्यक्रमाला प्रमुख पाहुणे म्हणून आले होते. प्रेक्षकांना निखळ हसविण्यासाठी

तुमच्या देहबोलीतून, एखाद्या सहज बोललेल्या वाक्यातून, टाकलेल्या निव्वळ कटाक्षातून किंवा चेहऱ्यावरील 'भावा'तूनही प्रेक्षकांना हसविता येतं, हे आपल्या सशक्त आणि सहज अभिनयाने सिद्ध करणारं, उदारमतवादी व गर्व नसणारं हे व्यक्तिमत्त्व म्हणजे माणूसप्रेमी कलावंत किशोर प्रधान.

किशोर प्रधान या दिग्गज अभिनेत्याचा जन्म १ नोव्हेंबर १९३६ रोजी नागपूरच्या प्रतिष्ठित, सधन आणि सुसंस्कृत घराण्यात झाला. घर सुधारकी वातावरणाचं होतं. आई मालतीबाई प्रधान, ह्या स्वतः नाटकवेड्या होत्या. त्या नाट्यछटा लिहिणाऱ्या आणि बसविणाऱ्या होत्या. त्या काळात त्या नाटकातून काम करायच्या. नाटक बसवायच्या. विदर्भ साहित्य संघासाठी त्यांनी 'एकच प्याला' बसविलं होतं. घरी नाटकाच्या तालमी चालायच्या. प्रधान यांचे वडील अमृतराव प्रधान (त्या वेळच्या अमृत फार्मसीचे मालक) यांचाही पत्नीला पूर्ण पाठिंबा व प्रोत्साहन, त्यामुळे किशोर प्रधान ह्यांना लहानपणीच अभिनयाचं बाळकडू मिळालं. घरातल्या नाटकाच्या तालमी पहातच ते लहानाचे मोठे झाले. नागपूरच्या 'मॉरिस' महाविद्यालयातून त्यांनी पदवी मिळविली. पुढे अर्थशास्त्रात एम. ए. केलं आणि नंतर मुंबईत येऊन त्यांनी 'टाटा इन्स्टिट्यूट ऑफ सोशल सायन्सेस' मध्ये दोन वर्षांची रिसर्च स्कॉलरशिप मिळविली आणि 'मास्टर ऑफ सोशल सायन्सेस' ही पदवी मिळवून आपलं शिक्षण पूर्ण केलं. त्यांनी महाविद्यालयांत असताना वेगवेगळ्या स्पर्धांमधून, अनेक एकांकिकांमधून व नाटकांमधून कामं केली. पुरुषोत्तम दारव्हेकर यांच्या 'रंजन कला मंदिर'साठीही त्यांनी अनेक बालनाट्यं आणि नाटकं केली. पुढे ते 'ग्लॅक्सो कंपनी'त नोकरी करु लागले. पण, अंगातली कला आणि नाटकाची ओढ त्यांना स्वस्थ बसू देईना. कामावरून घरी आल्यावर डोक्यात सतत नाटकाचेच विचार चालायचे. अशा ध्यासातून, बांद्रा इथल्या एमआयजी कॉलनीतल्या हौशी नाटकवेड्यांना घेऊन किशोर प्रधान ह्यांनी 'नटराज' ही नाट्यसंस्था काढली आणि 'तीन चोक तेरा' हे नाटक करायचं ठरवलं. नाटकाची तयारी जोरात सुरू झाली, पण नायिका कोण ते ठरेना. कुणीतरी माहिती आणली की, 'एमआयजी' कॉलनीतली एक मुलगी नाटकात कामं करते. तिचा शोध घेण्यासाठी मोहीम

सुरू केली. तासन्-तास बस स्टॉपवर ताटकळत राहिल्यावर एके दिवशी ती दिसली. पाहता क्षणीच तिला आपल्या नाटकाची नायिका म्हणून पसंत केलं. तिच्या घरच्यांची परवानगी मिळविण्याची जबाबदारी नाटकाचा दिग्दर्शक म्हणून किशोर प्रधान यांच्याकडे आली. आधी पसंत केलेल्या ३-४ नायिकांच्या घरून नकारघंटा मिळाली होती, त्यामुळे भीतभीतच किशोर प्रधान आपल्या ३-४ मित्रांसह त्या मुलीच्या घरी गेले. मुलीचे वडील त्या काळचे सुप्रसिद्ध नाटककार व्यंकटेश वकील निघाले. पण त्यांना भेटल्यावर किशोर प्रधानांची बोबडीच वळली आणि तोंडातून शब्द फुटेना. मित्र मदतीला आले आणि त्यांच्या विनंतीवरून व्यंकटेश वकिलांनी आढेवेढे न घेता शोभा वकील हिला, म्हणजे त्यांच्या मुलीला नाटकात काम करण्यास परवानगी दिली. दोन महिन्यांत कॉलनीतल्या छोट्या कम्युनिटी हॉलच्या रंगभूमीवर हे नाटक आलं, प्रयोग तुफान रंगला. तो पाहून श्याम फडके यांनी नवीन नाटक लिहून दिलं, ते म्हणजे 'काका किशाचा'. त्या नव्याकोऱ्या नाटकाचं दिग्दर्शन किशोर प्रधान ह्यांनीच केलं. त्या काळातल्या अनेक स्पर्धांमधून त्या नाटकाला अभिनय, दिग्दर्शनासाठी भरघोस पारितोषिकं मिळाली. नाटकाच्या प्रसिद्धीमुळे, 'यशवंत पगार' हे नाट्यनिर्माते प्रधानांकडे आले आणि त्यांनी हे नाटक व्यावसायिक रंगभूमीवर सादर करण्याविषयी निमंत्रण दिलं. नाटकाचे सुमारे २०० च्यावर व्यावसायिक प्रयोग झाले. प्रत्येक प्रयोग 'हाउसफुल्ल' असायचा. 'काका किशाचा' या नाटकामुळे त्यांना व्यावसायिक रंगभूमीवर नाटकातून काम करण्यासाठी आणि नाटक बसविण्यासाठी बोलावणी येऊ लागली.

'कल्पनेचा खेळ', 'काका किशाचा', 'घरोघरी मातीच्या चुली', 'तीन चोक तेरा', 'ती पाहताच बाला', 'पळता भुई थोडी', 'प्रीतिच्या रे पाखरा', 'बेबी', 'भुतावळ', 'मिळाली परी तरी ब्रह्मचारी', 'या घर आपलंच आहे', 'रात्र थोडी सोंगं फार', 'लागेबांधे', 'हॅटखाली डोके असतेच असे नाही', 'जेव्हा यमाला डुलकी लागते', 'झाकली बाई सव्वा लाखाची', 'तात्पर्य', 'ब्रह्मचारी असावा शेजारी', 'मालकीण, मालकीण दार उघड', 'युवर्स फेथफुली', 'लागेबांधे', 'लैला ओ लैला', 'संभव-असंभव', 'हनिमून झालाच पाहिजे', 'हँड्स अप' अशी अनेक

व्यावसायिक नाटकं त्यांनी सादर केली. काही नाटकं दिग्दर्शित केली, तर काही नाटकांमध्ये उत्कृष्ट अभिनयाबरोबरच कल्पक दिग्दर्शनही केलं. मराठी नाटकांबरोबरच त्यांनी १८ हून अधिक इंग्रजी नाटकांत अप्रतिम भूमिका केल्या. 'आत्माराम भेंडें'सारख्या दिग्गज कलाकारासोबत त्यांची विशेष जोडी जमली. त्या दोघांनी मिळून अनेक नाटकं गाजवली. ह्याच कालावधीत त्यांना मराठी चित्रपटाच्याही 'ऑफर्स' येत होत्या. पण तेव्हा मराठी चित्रपटांचं चित्रीकरण कोल्हापूर, पुण्याला व्हायचं. तसंच, ते सलग काही दिवस असल्याने नोकरीतून रजा घेऊन जाणं शक्य नसल्याने त्यांनी तेव्हा चित्रपट नाकारले. नोकरीमुळे

त्यांना नाटकांचे जास्त प्रयोग करता येत नव्हते. एकदा त्यांनी मेकअप रूममधील चर्चा ऐकली आणि नाटकांचे प्रयोग थांबविले. कारणही तसंच होतं. नाटकावर जगणाऱ्या अनेकांना किशोरकाकांनी खूप प्रयोग करावेत असं वाटायचं. पण नोकरीमुळे त्यांना ते शक्य होत नव्हतं. जेव्हा त्यांना ही गोष्ट कळली की, आपण आपली हौस पूर्ण करण्याच्या नादात बॅकस्टेज कलाकारांचं नुकसान करतोय, तेव्हा त्यांनी नाटक सोडण्याचा निर्णय घेतला. पण निवृत्तीनंतर मात्र त्यांनी 'उचला रे उचला', 'कशाला उद्याची बात', 'खिचडी', 'गॉड ओन्ली नोज', 'छोडो कल की बातें', 'जब वी मेट', 'जिगर', 'डॉक्टर डॉक्टर', 'नवरा अवली बायको लव्हली', 'नवरा माझा ब्रह्मचारी', 'नाना मामा', 'प्राइम टाइम', 'फॅमिली कट्टा', 'त्याचा बाप तिचा बाप', 'भिंगरी', 'मस्ती एक्स्प्रेस', 'मामा भाचे', 'मास्तर एके मास्तर', 'मीराबाई नॉट आउट', 'मी शिवाजीराजे भोसले बोलतोय', 'रफ़्तार', 'रानपाखरा', 'रूल्स-प्यार का सुपरहिट फ़ॉर्म्युला', 'लगे रहो मुन्नाभाई', 'लाडीगोडी', 'लालबाग परळ'', 'वन रूम किचन', 'वरचा मजला रिकामा', 'शहाणपण देगा देवा', 'शिक्षणाच्या आयचा घो', 'शेजारी शेजारी', 'सिटी ऑफ गोल्ड', 'स्टेपनी', 'हॉर्न', 'ह्यांचा काही

नेम नाही' अशा अनेक हिंदी-मराठी चित्रपटांत त्यांनी आपल्या अप्रतिम अभिनयाने रसिकांना मनमुराद हसायला लावलं. त्यातही, 'लगे रहो मुन्नाभाई' मधला 'खट्याळ म्हातारा', 'जब वुई मेट' मधला 'स्टेशन मास्तर' प्रेक्षकांच्या कायमचा लक्षात राहिला. ह्या भूमिका छोट्या असल्या तरी ते त्या भूमिकांमधून आपली छाप पाडून गेले. मुंबई दूरदर्शन केंद्र सुरू झाल्यानंतर दूरदर्शनवरून 'निरोप' हे पहिलं मराठी नाटक सादर झालं, त्यात त्यांची भूमिका होती. पुढे दूरदर्शनच्या अनेक नाटकांमधून त्यांनी भूमिका केल्या. याकुब सईद यांच्यासमवेत सादर झालेल्या 'हास परिहास' कार्यक्रमात ते होते. दूरदर्शनवरील लोकप्रिय 'गजरा' हा कार्यक्रम त्यांनी त्यांची अभिनेत्री पत्नी 'शोभा प्रधान' ह्यांच्यासह सादर केला. 'अदालत', 'जबान संभाल के', 'सीआयडी' अशा काही मालिकांमधूनही त्यांनी छोटा पडदा उजळवून टाकला.

किशोर प्रधान आणि अभिनेते विजू खोटे यांची मैत्री भन्नाट होती. ते दोघे अनेक सिनेमांमध्ये एकत्र झळकले. जेव्हा शूटिंग नसायचं, तेव्हाही ते भेटायचे. विजूकाकांना खाण्याची प्रचंड आवड असल्याने ते किशोर प्रधान यांना सोबत घेऊन विविध हॉटेलांत जायचे. किशोरकाकांना खाण्यात इतका इंटरेस्ट नसायचा; पण विजूकाकांकडून जे काही किस्से ऐकायला मिळायचे, ते लाजवाब असायचे, त्यामुळे त्या दोघांचं मस्त जमायचं. कुठला अवार्ड सोहळा असो की प्रीमियर, त्या दोघांची सोबत उपस्थिती असायची. तसंच किशोर काकांचं आणखी एक लाडकं व्यक्तिमत्त्व म्हणजे विनोदी अभिनेता समीर चौघुले. समीर चौघुले यांचं इंग्रजी रंगभूमीवरचं पहिलं पाऊल पडलं ते भरत दाभोळकर लिखित-दिग्दर्शित 'मंकी बिझनेस' या नाटकात, किशोर प्रधान या अभिनेत्याची रिप्लेसमेंट म्हणून. किशोर सरांना थोडा ताप आला होता, त्यामुळे समीर यांना तो प्रयोग करायला मिळाला. तेव्हा ते खूप टेन्स होते. इंग्रजी नाटक, त्यात समीरजी मराठी मीडियमचे. आजूबाजूला विहंग नायक, विजू खोटे, भरत दाभोळकर ही मातब्बर आणि ज्येष्ठ मंडळी आणि सर्वात मोठं टेन्शन होतं की, किशोर प्रधानांसारख्या ज्येष्ठ दिग्गज नटाने ५०० प्रयोग चोपून साकारलेली भूमिका समीरजी करणार होते. त्यांना प्रचंड टेन्शन आलं होतं. प्रयोगाच्या आधी

दहा मिनिटं नाटकाचा मॅनेजर आला आणि त्याने समीर चौघुले यांच्या हातात फोन दिला आणि म्हणाला, “किशोर सर आहेत.” तेव्हा किशोर सर फोनवर समीरजी यांना म्हणाले, “तू तालमीत मस्त काम करतोयस, असं भरत (दाभोळकर) म्हणाला. मी हात जोडतो. प्लीज इतकंही छान काम करू नकोस की, मला घरी बसवतील. माझंही होम लोन, कार लोन आणि इतर ईएमआय आहेत, प्लीज”.. या वाक्यानंतर समीरजी खूप हसले आणि क्षणभरात ते रिलॅक्स झाले आणि तो प्रयोग यादगार झाला. त्यानंतर समीरजी आणि किशोरकाका यांची मैत्री ही कायमची जुळली. त्यानंतर मग दोघांनी ‘तमाशा मुंबई स्टाइल’, ‘कॅरी ऑन हेव्हन’, ‘बेस्ट ऑफ बोटम्सअप’ अशी अनेक नाटकं केली.

‘ग्लॅक्सो’मध्ये २८ वर्षांच्या दीर्घ सेवेनंतर १९९४ मध्ये किशोर प्रधान ‘ऑर्गनायझेशन अॅन्ड मेथड’ विभागाचे ‘अखिल भारतीय व्यवस्थापक’ या पदावरून निवृत्त झाले. नोकरी सांभाळूनच सर्व नाटकं, तालमी, दौरे त्यांनी केले. नाटकाविषयीचं प्रेम त्यांना कधीच स्वस्थ बसू देत नसे. अफलातून टायमिंग आणि अंगभूत अभिनयाच्या जोरावर मराठी रंगभूमी आणि चित्रपटांतून स्वतःचा वेगळा ठसा उमटवणाऱ्या ह्या ज्येष्ठ विनोदी अभिनेत्याने जगाच्या रंगभूमीवरून दुर्दैवाने १२ जानेवारी २०१९ रोजी एक्झिट घेतली. अनेक नवीन कलावंतांच्या मराठी नाटकाला आवर्जून येऊन कौतुक करणारा, वरकरणी गंभीर दिसणारा; पण आतून तितकाच खट्याळ असणारा ज्येष्ठ मित्र, अभिनेते किशोर प्रधान म्हणजे भन्नाट माणूस. ‘प्रेक्षकाची नस ओळखून त्याला हसायला लावणं हे मोठं आव्हान विनोदी अभिनेत्यासमोर असतं. हे आव्हान जो लिलया पेलतो आणि प्रेक्षकांना निखळ हसवितो, आनंद देतो तो खरा विनोद आणि तोच खरा विनोदी अभिनेता,’ असं मानणाऱ्या ह्या जबरदस्त अभिनेत्याला मानाचा मुजरा...

दमदार मुरब्बी खलनायक...

ओठांवर तलवार कट मिश्या, हातात पेटती सिगारेट, नजरेमध्ये जग जिंकण्याचा उन्माद, ओठांवर मधुर वाणी पण वृत्ती कट्-कारस्थानी! अशा आवेशात दमदार खलनायकी भूमिका साकारणारे कलावंत म्हणजेच राजशेखर....

राजशेखर

जन्म - ०८/११/१९३६

मृत्यू - २५/१२/२००५

एका कलाकाराच्या मुलीचा अपघात झाला, तिला हॉस्पिटलमध्ये दाखल करण्यात आलं. त्या वेळेस त्या कलाकाराचं 'भक्त पुंडलिक' या चित्रपटाचं शूटिंग सुरू होतं. शूटिंग दरम्यान त्या कलाकाराला ही बातमी समजली. त्यांचं मन गहिवरून आलं, आतला बाप अस्वस्थ झाला. आपल्या मुलीचा अपघात झालाय, तिला हॉस्पिटलमध्ये दाखल करण्यात आलं आहे, ही बातमी कोणालाही न कळू देता त्यांनी शुटींग संपवलं. शूटिंग संपवून ते थेट मुलीला भेटायला गेले. ही घटना त्यांच्या कामाबद्दलच्या निष्ठेची ग्वाही देते. या कलाकाराने कायम समाजकारणाचा मार्ग स्वीकारला आणि कोल्हापूरमध्ये 'वृद्धाश्रम' स्थापन करण्याची इच्छा व्यक्त केली. इथूनच उभं राहिलं ते म्हणजे

'मातोश्री वृद्धाश्रम'. चित्रपटांत खलनायक साकारणारा हा कलावंत खऱ्या जीवनात मात्र कमालीचा 'हजर जबाबी' आणि उत्तम 'सेन्स ऑफ ह्युमर' असणारं व्यक्तिमत्त्व होतं. तसंच 'राजकारण हा आपला पिंड नाही' असं ते नेहमी म्हणत. हा कलावंत नेहमी त्यांच्या धाकट्या मुलाला म्हणत, "तू जीवनात मोठा डॉक्टर होशील, व्यावसायिक होशील किंवा माझ्यासारखा कलाकारही होशील; पण त्या आधी एक चांगला माणूस बन! चांगला माणूस होणं फार महत्त्वाचं आहे." त्यांच्या या वाक्यांमधून रुपेरी पडद्यावरील या खलनायकामध्ये एक 'साधा माणूस' वास्तव्य करतोय याची जाणीव होते. 'मोहित्यांची मंजुळा', 'जोतिबाचा नवस', 'दरोडेखोर', 'सत्त्वपरीक्षा', 'साधी माणसं' अशा अनेक चित्रपटांमधून आपल्या कलाकारीचे रंग दाखवणारा हा खलनायक म्हणजेच अभिनेते राजशेखर...

गडहिंग्लज'च्या 'गणपतराव गोविंदराव भूतकरांच्या' घरी ८ नोव्हेंबर १९३६ रोजी राजशेखर यांचा जन्म झाला. राजशेखर यांचं खरं नाव जनार्दन भूतकर. कुटुंबात राजशेखरजी हे शेंडेफळ! त्यांच्या आईचं नाव कृष्णाबाई होतं. त्यांचं प्राथमिक व माध्यमिक शिक्षण गडहिंग्लज येथील एम. आर. हायस्कूलमध्ये झालं, तर महाविद्यालयीन शिक्षण कोल्हापूरमधील रात्र महाविद्यालयात झालं. वडिलांचा पेशा हा 'टेलरिंगचा' होता आणि आवड 'कलाकारीची'! अभिनयाचं बाळकडू वडिलांकडूनच त्यांना मिळालं. वडिलांना नाटकांमध्ये काम करताना पाहून, आपणही 'अभिनेता' बनायचं, असं त्यांनी ठरवलं. १९५० मध्ये गडहिंग्लजहून कोल्हापूरला ते निघून आले. कोल्हापूरला आल्यावर 'नाना जोशी' यांच्यासोबत त्यांची ओळख झाली. आपणही केव्हातरी हा रंगमंच गाजवू ही आस उराशी बाळगत, नाना जोशींच्या नाटकांमधून ते 'प्राँप्टरची' जबाबदारी निभावू लागले. हा सिलसिला काही वर्षं चालला आणि अखेर 'गणपत पाटील' दिग्दर्शित 'ऐका हो ऐका' या नाटकामधून राजशेखरजी रंगभूमीवर अवतरले. ऐन विशीत असताना राजशेखरजी यांनी ६० वर्षांच्या म्हाताऱ्याची व्यक्तिरेखा साकारली. राजशेखर यांच्याकडे असणारं टॅलेंट पाहून गणपत पाटील त्यांना, 'मराठी सिनेसृष्टीचे चित्रतपस्वी' समजले जाणाऱ्या 'भालजी पेंढारकरांकडे' घेऊन गेले आणि हाच राजशेखरजी यांच्या जीवनाचा टर्निंग पॉइंट ठरला.

भालजी पेंढारकरांनी त्यांच्या 'आकाश गंगा' या चित्रपटात पोलिसाचा रोल त्यांना देऊ केला. या चित्रपटामध्ये राजशेखरजी यांनी दुहेरी व्यक्तिरेखा साकारली. पुढे 'मोहित्यांची मंजुळा', 'मराठा तितुका मेळवावा' या चित्रपटांमधून ते खलनायक म्हणून पडद्यावर झळकले. 'मराठा तितुका मेळवावा' या

चित्रपटामध्ये तब्बल पाच भूमिका त्यांनी साकारल्या! पण राजशेखरजी यांना खलनायक म्हणून ओळख मिळवून दिली, ती 'भालजी पेंढारकर' दिग्दर्शित 'साधी माणसं' या चित्रपटाने. राजशेखर यांचं हस्ताक्षर सुरेख असल्यामुळे ते भालजींकडे पटकथा लिहिण्याचं काम करत होते. ओठांवर तलवार कट मिश्या, हातात पेटती सिगारेट, नजरेमध्ये जग जिंकण्याचा उन्माद, ओठांवर मधुर वाणी; पण वृत्ती कट्ट-कारस्थानी! अशी ही 'छक्कडरावाची' भूमिका अख्ख्या महाराष्ट्राला वेड लावून गेली आणि मराठी सिनेसृष्टीला एक हाडाचा खलनायक मिळाला. उंच बांधा, देखणा चेहरा, बोलके डोळे आणि धार-दार नाक अश या देखण्या खलनायकाची प्रत्येक भूमिका ही वेगळी असायची. त्यांना पडद्यावर खलनायक म्हणून स्वतःचं अस्तित्व दाखवण्याकरता कधी गेटअप किंव्हा 'स्पायसी डायलॉग्स'ची गरज भासली नाही. त्यांची नजर, त्यांचं एक्स्प्रेशन्स आणि डायलॉग बोलण्याची अदा या गोष्टीच त्यांची दमदार खलनायकी सिद्ध करण्यास पुरेशा होत्या.

'साधी माणसं' १९६५ मध्ये प्रकाशित झाला. 'साधी माणसं' ही साध्या माणसांची साध्या माणसांनी सांगितलेली कहाणी. हा चित्रपट रंगीत नाही. वेशभूषा, छायाचित्रण, संगीत, नेपथ्य, संवाद यांतही वास्तवतेचं हे भान भालजींनी ठेवलं होतं. त्यातील राजशेखर यांची निगेटिव्ह भूमिका विशेष गाजली. शंकर आणि पार्वती हे लोहार दाम्पत्य हणबरवाडीत दिवसरात्र

काबाडकष्ट करून मिळतील त्या चार पैशांत आनंदाने संसार करीत असतं. पण या साध्या माणसांच्या जीवनातही अनपेक्षित वळणं येतात. गाडीचा कमानपाटा तुटला म्हणून ट्रक-ड्रायव्हर 'छक्कडराव' शंकर लोहाराकडे जातो. शंकर तो दुरुस्त करून देतो. शंकरच्या कामावर 'छक्कडराव' खूश होऊन शंकरला शहरात चांगली नोकरी मिळवून देण्याचं आमिष दाखवून त्याला कोल्हापूरला घेऊन येतो. आपल्या ओळखीने एका फौंड्रीत नोकरीही मिळवून देतो. पण शहरातलं जीवन साधं नसतं. 'छक्कडराव'चा बेत वेगळाच असतो. 'छक्कडराव'च्या मनात पारूला गटवायचं असतं. 'छक्कडराव' फसवणुकीच्या एका खोट्या केसमध्ये शंकरला गोवतो आणि त्याला एक वर्ष सक्तमजुरीची शिक्षा होते. मग एकाकी पारूला अनेक आमिषं दाखवूनही ती वश होत नाही तेव्हा 'छक्कडराव' तिच्यावर हात टाकतो. पारू साधी असली तरी पातिव्रत्य जपणारी, करारी आणि तडफदार आहे. प्रसंगी ती वाघीण होते. ती 'छक्कडराव'च्या डोक्यात लाकूड घालून त्याला ठार मारते. पोलिस तिला पकडून नेतात. कोर्टात रीतसर खटला सुरू होतो. अशी संसाराच्या उंबरठ्यावर उभी असलेली स्त्री जीव द्यायच्या तयारीने एखाद्याचा जीव घेते याचा अर्थ काय? ही कथा खेड्यातून शहरात येणाऱ्या, तिथल्या कपटी, स्वार्थी, विश्वासघाती, क्रूर, लांड्यालबाड्यांना तोंड देणाऱ्या; तरीही आपलं स्वत्त्व प्राणपणाने जपू पाहणाऱ्या माणसांची होते. देशातच काय, पण परदेशातही ती घडू शकते. 'साधी माणसं' हा मॉरिशसला जाणारा पहिला मराठी चित्रपट. 'साधी माणसं' पाहून प्रभावित झालेल्या पोलंडच्या टोपालिस या चित्रपटतज्ज्ञाने 'साधी माणसं' इंग्रजीमध्ये सबटायटलिंग करून संपूर्ण युरोपमध्ये टेलिव्हिजनद्वारे दाखविण्याची इच्छा व्यक्त केली होती. कारण या चित्रपटात भारतातल्या ग्रामीण जीवनाचं जे अस्सल रूप दिसतं, ते इतरत्र क्वचितच पाहायला मिळतं. या चित्रपटामधून 'छक्कडराव'ची भूमिका करणारे राजशेखर खलनायक म्हणून नावारूपाला आले. त्यांनी साकारलेली ही भूमिका वाखणण्याजोगी होती. ही भूमिका इतकी लोकप्रिय झाली की भालजींनी जनार्दन भूतकर यांचं नाव 'राजशेखर' ठेवलं आणि राजशेखर यांचा खलनायक म्हणून प्रवास सुरू झाला. 'मल्हारी मार्तंड', 'बारा वर्ष सहा महिने तीन दिवस', 'देवा तुझी सोन्याची जेजुरी', 'धर्मकन्या',

'लाखात अशी देखणी' (१९८२), 'जोतिबाचा नवस' (१९७५), 'वारणेचा वाघ' (१९८४) अशा अनेक रौप्यमहोत्सवी चित्रपटांत त्यांनी खलनायक म्हणून स्वतंत्र ठसा उमटवला. याच दरम्यान 'संगोळी रायण्णा' या कन्नड चित्रपटातही त्यांनी अभिनय केला, तसेच 'दो ठग', 'नेत्रहीन साक्षी', 'दो छोकरी' या हिंदी चित्रपटांतही त्यांनी भूमिका साकारल्या.

पाच दशकं मराठी चित्रपटांतून अनेक खलनायक सशक्तपणे रंगवणारे अभिनेते म्हणजे राजशेखर. मराठी-हिंदी चित्रपटसृष्टीत काम करत असतानाच अनेक नाटकांतही त्यांनी काम केलं. 'आज इथं तर उद्या तिथं', 'बेबंदशाही', 'तुम्हावर केली मी मर्जी बहाल', 'चोर सोडून संन्यासी' या नाटकांत त्यांनी संस्मरणीय भूमिका केल्या आणि 'रिश्ते-नाते', 'छोटे बाबू', 'युगांतर' या दूरदर्शन मालिकांतूनही काम केलं. त्यांनी जवळपास शंभरहून अधिक चित्रपटांत खलनायक साकारला. रंगभूमीवर, छोट्या पडद्यावरही ते अभिनय करत राहिले. कामावरच्या त्यांच्या निष्ठेला या सगळ्या यशाचं श्रेय जातं. प्रेक्षकांनी घातलेल्या शिव्या हाच माझा पुरस्कार आहे असं स्वतःचं वैशिष्ट्य सांगणाऱ्या राजशेखर यांच्या खलनायकी भूमिकांमुळे ग्रामीण भागातील स्त्रिया त्यांना अक्षरशः शिव्यांची लाखोली वाहात, हेच त्यांच्या खलनायकी भूमिकांचे वैशिष्ट्य होतं. 'मोहित्यांची मंजुळा', 'जोतिबाचा नवस', 'दरोडेखोर', 'सत्त्व परीक्षा', 'साधी माणसं' अशा अनेक चित्रपटांमधून आपल्या कलाकारीचे रंग दाखवणारा हा खलनायक, चित्रपट रसिकांच्या मनावर अनंत काळापर्यंत अधिराज्य गाजवत राहील यात काहीच शंका नाही. अभिनेते राजशेखर यांचं २५ डिसेंबर २००५ रोजी निधन झालं. त्यांचे चिरंजीव स्वप्निल राजशेखरदेखील अभिनय क्षेत्रात कार्यरत आहेत. अशा दमदार खलनायकी भूमिका साकारणाऱ्या 'राजशेखर' या दिग्गज कलावंताला मानाचा मुजरा....

◆◆◆

‘भारदस्त’ आवाजाचा ‘बहारदार’ अभिनेता

रवी पटवर्धन

जन्म - ०६/०९/१९३७

मृत्यू - ०६/१२/२०२०

वयावर मात करून जिद्दीने रंगभूमीची सेवा करणारे सच्चे कलाकार व चरित्र भूमिकेला आपल्या अभिनयाने ‘भारदस्तपणा’ मिळवून देणारे हे बहारदार अभिनेते म्हणजेच रवी पटवर्धन...

आपला भारदस्त आवाज व नैसर्गिक अभिनय यामुळे ते रसिक प्रेक्षकांना खूप भावले. अनेक मराठी नाटकं, मालिका व चित्रपट यांसोबतच हिंदीमध्येही ‘तक्षक’, ‘तेजाब’, ‘सलाखें’, ‘अंकुश’, ‘तेजस्विनी’, ‘यशवंत’, ‘हफ्ता बंद’, ‘राजू बन गया जेंटलमन’, ‘युगपुरुष’ व ‘चमत्कार’ सारख्या चित्रपटांमध्येही त्यांनी महत्त्वाच्या भूमिका साकारल्या. गावचा पाटील, प्रेमळ व कडक शिस्तीचा बाप, बेरकी राजकारणी, खडूस सासरा, पोलिस अधिकारी, वकील आदींच्या भूमिकेत त्यांनी जीव ओतून काम केलं होतं. म्हणूनच सध्याची त्यांची ‘अग्गोबाई सासूबाई’ मधील बबड्याच्या आजोबांची भूमिकाही खूप गाजली होती. भारदस्त व्यक्तिमत्त्वाला शोभतील अशा झुपकेदार मिश्या आणि आवाजातील खास जरब यामुळे त्यांना गावचा ‘पाटील’, ‘पोलिस आयुक्त’, ‘न्यायाधीश’ किंवा

नकारात्मक प्रवृत्तीच्याच भूमिका मिळत गेल्या असल्या, तरी त्यांनी नाटकांमध्ये सर्व प्रकारच्या भूमिका केल्या आहेत. चरित्र भूमिकेला आपल्या अभिनयाने 'भारदस्तपणा' मिळवून देणारे हे बहारदार अभिनेते म्हणजेच रवी पटवर्धन...

रवी पटवर्धन यांचा ६ सप्टेंबर १९३७ रोजी जन्म झाला. मराठी नाट्यसृष्टी आणि चित्रपटसृष्टी गाजवल्यानंतर रवी पटवर्धन यांनी छोट्या पडद्यावरदेखील आपला ठसा उमटवला. पटवर्धन यांनी दीडशेहून अधिक नाटकांमध्ये काम केलं आहे. तसंच त्यांनी २०० हून अधिक चित्रपट केले आहेत. रवी पटवर्धन यांनी 'आरण्यक' हे नाटक पहिल्यांदा १९७४ मध्ये रत्नाकर मतकरींबरोबर केलं आणि वयाच्या ८२ व्या वर्षीही ते ह्या नाटकात तीच धृतराष्ट्राची भूमिका करत होते. वयपरत्वे येणाऱ्या विस्मरणाच्या मोठ्या धोक्यावर विजय मिळवून, मेंदूची कार्यक्षमता वाढवण्यासाठी त्यांनी श्याम मानव यांच्याकडून स्वसंमोहनशास्त्र शिकून घेतलं. या विषयावरच्या साहित्यावर खूप अभ्यास केला व त्या शास्त्राचा वापर करून स्वतःच्या अनेक व्याधींवर मात केली. शिवाय आत्मविश्वास हरवलेल्या व्यक्ती आणि व्याधिग्रस्तांवरही रवी पटवर्धन यांनी या उपचारपद्धतीचा वापर केला व त्याचा त्यांना खूप फायदा करून दिला. वयाच्या ऐंशीव्या वर्षी भगवद्गीतेचे ७०० श्लोक पाठ करून ते शृंगेरी मठाच्या परीक्षेला बसले. शंकराचार्यांनी घेतलेल्या त्या परीक्षेत रवी पटवर्धन पहिले आले. रवी पटवर्धन मुंबईच्या रिझर्व्ह बँकेत नोकरीला होते. नोकरीच्या कालावधीत बँकेतील त्यांचे सर्व सहकारी, अधिकारी आणि व्यवस्थापन यांच्या सहकार्यामुळे त्यांना नोकरी सांभाळून नाटकाची हौस भागवता आली.

१९६४ मध्ये राज्य नाट्य स्पर्धेत गो. म. पारखी यांचे 'कथा कोणाची व्यथा कुणाला' हे नाटक सादर झालं. त्यात पटवर्धन होते. रिझर्व्ह बँकेच्या स्नेहसंमेलनात हे नाटक सादर करण्याची त्यांनी लेखक पारखी यांच्याकडे परवानगी मागितली, त्यांनी ती दिली आणि हा प्रयोग झाला. यशवंत पगार यांच्या 'श्रीरंगसाधना' या नाट्यसंस्थेतर्फे त्याच सुमारास हे नाटक व्यावसायिक

रंगभूमीवर येणार होतं. त्यांनी नाटकाचा पहिला प्रयोगही जाहीर केला होता; पण काही कारणाने त्यांचं नाटक बसलं नव्हतं. दरम्यान नुकताच या नाटकाचा प्रयोग केला असल्याने 'तुम्ही आमच्या नाट्यसंस्थेतर्फे प्रयोग सादर कराल का', अशी विचारणा पगार यांनी केल्यावर बँकेचाच कलाकार संच घेऊन पटवर्धनांनी हे नाटक व्यावसायिक रंगभूमीवर केलं. रवी पटवर्धन या नाटकात 'मुकुंद प्रधान' ही मुख्य भूमिका करत होते. यशवंत पगार यांच्या 'प्रपंच करावा नेटका' या व्यावसायिक नाटकातही रवी पटवर्धन यांनी काम केलं. १९७० मध्ये 'नाट्यनिकेतन'च्या वसंत सबनीस यांनी लिहिलेल्या आणि मो. ग. रांगणेकर यांनी दिग्दर्शित केलेल्या 'हृदयस्वामिनी' नाटकात पटवर्धनांनी काम केलं, त्या वेळी नाटकात त्यांच्यासोबत शांता जोग होत्या. इंडियन नॅशनल थिएटरने वि. वा. शिरवाडकर यांनी लिहिलेलं 'बेकेट' हे नाटक रंगभूमीवर आणलं. सतीश दुभाषी त्याचे दिग्दर्शक होते. त्या नाटकात रवी पटवर्धनांना 'बेकेट'ची भूमिका मिळाली. दुभाषी त्यात 'हेन्री' करायचे. या नाटकानंतर वि. वा. शिरवाडकर यांच्याशी स्नेहसंबंध जुळले. पुढे त्यांच्या 'कौंतेय', 'आनंद', 'वीज म्हणाली धरतीला' या नाटकांतून भूमिका करायला मिळाल्या.

रवी पटवर्धन यांनी विजया मेहता यांनी बसविलेल्या 'मुद्राराक्षस' या नाटकात 'अमात्य राक्षस', जोशी-अभ्यंकर खून खटल्यावर आधारित 'जबरदस्त' या नाटकात 'पोलिस अधिकारी' या भूमिका केल्या; 'विषवृक्षाची

छाया', 'मला काही सांगायचंय', 'तुघलक', 'अपराध मीच केला' आदी नाटकं केली. १९६५ मध्ये मुंबई मराठी साहित्य संघाने सादर केलेल्या 'भाऊबंदकी' नाटकात रवी पटवर्धन यांना काम मिळालं. त्यांना या नाटकामुळे नानासाहेब फाटक, केशवराव दाते, मामा पेंडसे, मा. दत्ताराम, दाजी भाटवडेकर, दुर्गा खोटे या दिग्गजांबरोबर काम करायला मिळालं. दूरदर्शनवरच्या 'आमची माती आमची माणसं' या कार्यक्रमात 'गप्पागोष्टी' नावाचा एक २२ मिनिटांचा उपकार्यक्रम असे. 'गप्पागोष्टीं'मध्ये रवी पटवर्धन 'वस्ताद पाटील' असत. शिवाजी फुलसुंदर हे त्या कार्यक्रमाचे निर्माते होते. मनोरंजनाबरोबरच शेतकऱ्यांचं प्रबोधन होईल, असा हा 'गप्पागोष्टी' नामक कार्यक्रम होता. पटवर्धनांचा रेडिओसाठी प्रायोजित कार्यक्रम करणारा एक चमू होता. त्यातले मानसिंग पवार हे माया गुजर, राजा मयेकर, वसंत खरे, जयंत ओक, पांडुरंग कुलकर्णी आणि रवी पटवर्धनांना घेऊन गप्पागोष्टी सादर करीत. हा कार्यक्रम इतका लोकप्रिय झाला की, 'बीबीसी' या जगविख्यात वृत्तवाहिनीकडूनही त्याची दखल घेतली गेली. १०० भाग प्रसारित झाल्यानंतर तो कार्यक्रम थांबविला. हा कार्यक्रम 'वन शॉट, वन टेक' व्हायचा. चित्रीकरणापूर्वी थोडा वेळ तालीम करून थेट सादरीकरण व्हायचं.

रवी पटवर्धन एक रांगडा माणूस म्हणूनच शोभले. त्यांना त्यामुळे भूमिकादेखील तशाच मिळाल्या. अनेक चित्रपटांत, नाटकांत आणि मालिकांमध्ये त्यांनी भूमिका केल्या. त्यात काही खलनायकी भूमिकादेखील होत्या. मला त्यांचा अभिनय आवडायचा, सहज असा केलेला तो अभिनय असायचा आणि मुख्य म्हणजे त्यांची डायलॉग बोलण्याची पद्धत मला आवडायची, त्यात कुठे आक्रस्ताळेपणा नव्हता. महाभारत आपल्या सर्वांना माहिती आहे; पण त्या युद्धानंतरच्या धृतराष्ट्र, गांधारी आणि कुंती यांच्या मन:स्थितीवर आधारित 'आरण्यक' नाटक सर्वांनी बघितलं असेल की नाही याची शंका आहे. त्यात अगदी सुरूवातीच्या काळात, म्हणजे ते नाटक आलं तेव्हा देखील धृतराष्ट्राची भूमिका केलेले आणि नंतर वयाच्या ऐशींव्या वर्षीदेखील धृतराष्ट्र साकारणाऱ्या या अभिनेत्याची मेहनत बघण्यासारखी आहे.

शेवटी शेवटी त्यांना चालताना शरीराला कंप व्हायचा, या गोष्टीचा त्यांनी 'आरण्यक' मध्ये भूमिका प्रभावी व्हावी म्हणून वापर करून घेतला आहे. शारीरिक व्याधींचा एखाद्या भूमिकेसाठी अशा वयात वापर करणारा दुसरा अभिनेता माझ्या पाहण्यात नाही. मला पुस्तक, कादंबरी वाचताना त्यातील पात्रांच्या जागी वेगवेगळ्या व्यक्तींना 'कास्ट' करून तो प्रसंग एखाद्या मूव्हीसारखा बघण्याची सवय आहे. अनेकवेळा असं होतं की, एखादं पात्र करणारी व्यक्ती कालांतराने बदलते; पण माझ्या वयाच्या बाराव्या वर्षी वाचलेल्या 'छावा' या कादंबरीतील 'हंबीरराव' मात्र तेच राहिले, रवी पटवर्धन...

सन १९४४ मध्ये झालेल्या नाट्यमहोत्सवातील बालनाट्यात रवी पटवर्धन यांनी साडेसहा वर्षांच्या वयात भूमिका साकारली होती. बालगंधर्व हे या नाट्यमहोत्सवाचे अध्यक्ष होते, तर आचार्य अत्रे हे स्वागताध्यक्ष होते. गेली पन्नास वर्षं त्यांनी मराठी नाटक, चित्रपट, दूरदर्शन मालिका आणि हिंदी चित्रपटसृष्टीतून चाहत्यांचं मनोरंजन करण्याचं काम केलं. चरित्र भूमिकेला आपल्या अभिनयाने 'भारदस्तपणा' मिळवून देणाऱ्या या ज्येष्ठ अभिनेत्याला आपण मुकलो आहोत. वयावर मात करून जिद्दीने रंगभूमीची सेवा करणारा सच्चा कलाकार आपल्यातून गेला. दूरदर्शनवरील वस्ताद पाटील असो किंवा महाभारतातील धृतराष्ट्र असो; रवी पटवर्धन यांनी प्रत्येक लहान-मोठ्या भूमिकांमध्ये अक्षरशः प्राण ओतला. असा चतुरस्त्र कलाकार आपल्यातून गेल्याने मोठी हानी झाली. वयाची ८० वर्षं पार करूनही त्यांनी अविरत काम केलं. रवी पटवर्धन हे आजच्या कलाकारांसमोर आदर्श आहेत. त्यांच्या जाण्याने मराठी मनोरंजनाच्या तिन्ही क्षेत्रांतील मोठं नुकसान झालेलं आहे. एकाच साच्याच्या भूमिका न करता त्यांनी वैविध्य ठेवलं आणि म्हणूनच त्यांची ओळख टिकून राहिली. अष्टपैलू अभिनेते रवी पटवर्धन यांचं ६ डिसेंबर २०२० रोजी पाचपारवाडी, ठाणे येथे हृदयविकाराच्या धक्क्याने निधन झालं. अशा हरहुन्नरी कलावंताला मानाचा मुजरा...

◆◆◆

दिग्गज चतुरस्त्र अभिनेत्री....

मराठीच नव्हे, तर हिंदी चित्रपटसृष्टीतही आपल्या अभिनयाने स्वतःची एक वेगळी ओळख निर्माण करणाऱ्या एक दिलखुलास अभिनेत्री म्हणजेच आशालता वाबगावकर...

आशालता वाबगावकर

जन्म - ०२/०७/१९४१

मृत्यू - २२/०९/२०२०

आपल्या आयुष्यात पुढे काय होणार याचा विचार त्यांनी कधीही केला नाही. जे व्हायचं असेल, ते त्याच वेळेत होतं आणि होणार नसेल तर कितीही व काहीही केलं तरी होत नाही. त्यामुळे आलेला प्रत्येक क्षण आनंदाने जगायचा. आपण स्वत: आनंद घ्यायचा आणि इतरांनाही तो वाटायचा. जे समोर येतं, मिळतं ते स्वीकारायचं आणि पुढे जायचं, हेच त्यांच्या जीवनाचं सूत्र या अभिनेत्रीने अनेक मुलाखतींतून सांगितलं आहे. असे सहजसुंदर विचार असणाऱ्या स्पष्टवादी एक चतुरस्त्र अभिनेत्री म्हणजे आशालता वाबगावकर.

आशालता वाबगावकर यांचा जन्म २ जुलै १९४१ रोजी दक्षिण गोव्यातील काणकोण तालुक्यातील पाळोले येथे झाला. मात्र, मुंबईतच त्यांचं शालेय आणि महाविद्यालयीन शिक्षण झालं. या अभिनेत्रीच्या नावाचंदेखील

एक गुपित आहे. या अभिनेत्रीच्या आई-वडिलांच्या लता मंगेशकर आणि आशा भोसले या दोन दिग्गज गायिका अत्यंत आवडत्या होत्या. खरं पाहिलं तर ते त्या दोघींचे खूप मोठे फॅन होते. यामुळे दोघींच्या नावांशी जुळणारं नाव आपल्या मुलीला ठेवावं यातून 'आशालता' हे नाव त्यांना सुचलं. गिरगावातील 'सेंट कोलंबो हायस्कूल' ही त्यांची शाळा. तेव्हाच्या अकरावी मॅट्रिकनंतर त्यांनी काही काळ मंत्रालयात नोकरीही केली. त्याच वेळी नोकरी सांभाळून कला शाखेतून पदवी आणि पदव्युत्तर शिक्षणही पूर्ण केलं. 'नाथीबाई दामोदर ठाकरसी' महिला विद्यापीठातून त्यांनी 'मानसशास्त्र' विषयात 'एम. ए.' केलं. पं. जितेंद्र अभिषेकी यांच्याकडे गाण्याचं प्राथमिक शिक्षण घेत असताना आकाशवाणीच्या मुंबई केंद्रावर त्यांनी काही कोंकणी गाणीही गायली. आशालता यांना बालपणापासूनच गायनाची आवड होती. मात्र, आधी शिक्षण, नंतरच नाटक वगैरे जे काही करायचं ते कर, अशी त्यांच्या घरच्यांची इच्छा होती. त्यानुसार, शिक्षण पूर्ण झाल्यावर नोकरी करत असतानाच त्यांना नाटकात काम करायची संधी मिळाली. 'धी गोवा हिंदू असोसिएशन'च्या माध्यमातून आशालता यांच्या रंगभूमीवरील कारकीर्दीची मुहूर्तमेढ रोवली गेली. आकाशवाणीच्या मुंबई केंद्रावर त्यांनी काही कोंकणी गाणीही गायली. त्याशिवाय आशालता कल्याणजी-आनंदजी यांच्या वाद्यवृंदातून मुख्य गायिका होत्या. मुकेश, हेमंतकुमार आदींबरोबर त्यांनी गाणी गायली आहेत. त्यांच्या घरी नाट्य, संगीत कला असं कोणतंही वातावरण नव्हतं. त्यामुळे आधी शिक्षण पूर्ण कर आणि मग तुझी कला जोपास असं त्यांना घरून सांगण्यात आलं होतं. शिक्षण पूर्ण झाल्यावर नोकरी करत असतानाच नाटकात काम करायची संधी मिळाली. 'धी गोवा हिंदू असोसिएशन'ने राज्य नाट्य स्पर्धेसाठी 'संगीत संशयकल्लोळ' या नाटकातील 'रेवती'च्या भूमिकेसाठी त्यांची निवड केली. पुढे त्यांनी 'धी गोवा'चीच 'संगीत शारदा' आणि 'संगीत मृच्छकटिक' ही दोन नाटकं राज्य नाट्य स्पर्धेसाठी केली आणि ते करत असतानाच त्यांना अभिनयाची आवड निर्माण झाली. त्यानंतर आशालता वाबगावकर यांनी केलेलं 'मत्स्यगंधा' हे संगीत नाटक त्यांच्या आयुष्याची दिशा बदलणारं ठरलं. या नाटकात त्यांनी

गायलेली 'गर्द सभोवती रान साजणी तू तर चाफेकळी', 'अर्थशून्य भासे मज हा कलह जीवनाचा' ही नाट्यपदं खूप गाजली. मत्स्यगंधा नंतर त्यांनी नाटक पूर्णवेळ करायचं असं ठरवून नोकरी सोडली. पुढे 'थी गोवा हिंदू असोसिएशन', 'चंद्रलेखा', 'मुंबई मराठी साहित्य संघ', 'माउली प्रॉडक्शन', 'कलामंदिर', 'आयएनटी' आदी नाट्यसंस्थांमधून त्यांनी कामं केली. एकूण पन्नासहून अधिक नाटकं त्यांनी केली. या सर्व नाटकांचे मिळून पाच हजारांहून अधिक प्रयोग त्यांनी केले. 'रायगडाला जेव्हा जाग येते', 'मदनाची मंजिरी', 'गारंबीचा बापू', 'गुडबाय डॉक्टर', 'तरुण तुर्क म्हातारे अर्क', 'स्वामी', 'गरुडझेप', 'तुझे आहे तुजपाशी', 'हे बंध रेशमाचे', 'विदूषक', 'ही गोष्ट जन्मांतरीची', 'भावबंधन', 'गुंतता हृदय हे', 'छिन्न', 'देखणी बायको दुसऱ्याची' ही त्यांची काही गाजलेली नाटकं. पु. ल. देशपांडे यांनी दूरदर्शनसाठी केलेल्या 'वाऱ्यावरची वरात'मध्येही त्यांनी महत्त्वाची भूमिका साकारली. 'सावित्री', 'उंबरठा', 'पुढचं पाऊल', 'माहेरची साडी', 'नवरी मिळे नवऱ्याला', 'एकापेक्षा एक', 'आत्मविश्वास' आणि अन्य अशा अनेक मराठी चित्रपटांही त्यांनी काम केलं आहे. मराठी नाटक आणि चित्रपटांबरोबरच त्यांनी हिंदी चित्रपटाचा पडदाही गाजविला.

आशालता वाबगावकर यांच्या आजवरच्या अभिनय कारकीर्दीतील त्यांचं 'मत्स्यगंधा' हे नाटक मैलाचा दगड ठरलं. या नाटकात त्यांनी गायलेली 'गर्द सभोवती रान साजणी तू तर चाफेकळी', 'अर्थशून्य भासे मज हा कलह जीवनाचा' ही नाट्यपदं खूप गाजली. 'मत्स्यगंधा' नंतर त्यांनी नाटक पूर्णवेळ करायचं असं ठरवून नोकरी सोडली. 'संगीत शारदा', 'संगीत मृच्छकटिक', 'रायगडाला जेव्हा जाग येते', 'गुंतता हृदय हे', 'तुझे आहे तुजपाशी', 'छिन्न', 'महानंदा', 'गारंबीचा बापू', 'गुडबाय डॉक्टर', 'स्वामी', 'तरुण तुर्क म्हातारे अर्क', 'हे बंध रेशमाचे', 'विदूषक', 'ही गोष्ट जन्मांतरीची', 'देखणी बायको दुसऱ्याची' अशा कितीतरी गाजलेल्या नाटकांतील त्यांच्या भूमिका नाट्यरसिकांना भावल्या. पु. ल. देशपांडे यांनी दूरदर्शनसाठी केलेल्या 'वाऱ्यावरची वरात'मध्येही त्यांनी महत्त्वाची भूमिका साकारली. 'सावित्री', 'उंबरठा', 'पुढचं पाऊल', 'माहेरची साडी', 'नवरी मिळे नवऱ्याला', 'एकापेक्षा एक', 'आत्मविश्वास' आणि अन्य अशा अनेक मराठी चित्रपटांतही त्यांनी काम केलं.

मराठीच नव्हे, तर हिंदी चित्रपटसृष्टीतही त्यांनी आपली अभिनय कारकीर्द गाजवली. हिंदीमध्ये त्यांनी अनेक चरित्रपट केले. बासू चॅटर्जी यांचा 'अपने पराये' हा त्यांचा पहिला चित्रपट. आशालता यांचं मुंबई दूरदर्शनवरील एका कोंकणी नाटकातील काम व 'गुंतता हृदय हे' हे नाटकही बासू चॅटर्जींच्या पाहण्यात आलं होतं. या कामाची दखल घेत त्यांनी 'अपने पराये'साठी आशालता यांची निवड केली. 'अपने पराये'नंतर आशालता यांची हिंदीतील यशस्वी कारकीर्द सुरू झाली. त्यामधील आशालतांनी साकारलेली भूमिका 'फिल्मफेअर' पारितोषिकासाठी निवडली गेली. 'अंकुश', 'अग्निसाक्षी', 'नमक हलाल', 'शराबी', 'कुली', 'निकाह', 'सदमा', 'चलते चलते', 'जंजीर', 'आज की आवाज', 'वो सात दिन', 'पसंद अपनी अपनी', 'मंगल पांडे', 'ये तो कमाल हो गया', 'तेरी माँग सितारों से भर दूं', 'मरते दम तक', 'घायल', 'शौकिन' आदी सुमारे २००हून अधिक हिंदी चित्रपटांत त्यांनी काम केलं. 'अंकुश' चित्रपटात त्यांच्यावर चित्रित झालेलं आणि पार्श्वगायिका पुष्पा पागधरे यांनी गायलेलं 'इतनी शक्ती हमे दे ना दाता' हे गाणंही लोकप्रिय आहे. तीन कोंकणी आणि एका

इंग्रजी चित्रपटातही त्यांनी काम केलं आहे. मुंबई दूरदर्शनवरील 'महाश्वेता', 'पाषाणपती' तसंच 'जावई विकत घेणे', 'कुलवधू' या त्यांच्या मालिकाही प्रेक्षकांच्या पसंतीस उतरल्या. त्यांच्यातील अभिनेत्री, लेखक, वाचक व गायक या चतुरस्र गुणांमुळे त्या वयाच्या ७९व्या वर्षीही रसिकांच्या मनावर अधिराज्य गाजवत होत्या.

दोनशेहून अधिक हिंदी चित्रपटांत त्यांनी काम केलं आहे. बासू चॅटर्जी यांचा 'अपने पराये' हा त्यांचा पहिला चित्रपट. 'अपने पराये' या चित्रपटानंतर आशालता यांची हिंदीतील कारकीर्द सुरू झाली. पुढे 'अंकुश', अग्निसाक्षी', 'नमक हलाल', 'शराबी', 'कुली', 'निकाह', 'चलते चलते', तवायफ, 'आज की आवाज', 'वो सात दिन', 'पसंद अपनी अपनी', 'मंगल पांडे', दिल ए नादान, 'ये तो कमाल हो गया', 'तेरी मांग सितारोंसे भर दू', 'मरते दम तक', 'घायल', 'शौकिन' आदी सुमारे २०० हून अधिक हिंदी व मराठी चित्रपटांत त्यांनी काम केलं. आहे. तसंच तीन कोंकणी आणि एका इंग्रजी चित्रपटातही त्यांनी काम केलं आहे. याचप्रमाणे त्यांच्या 'महाश्वेता', 'पाषाणपती' तसंच 'जावई विकत घेणे', 'कुलवधू' या काही गाजलेल्या मालिका आहेत.

संगीत विषयावर आधारित 'गर्द सभोवती' हे पुस्तकही त्यांनी लिहिलं होतं. नव्या पिढीशी जुळवून घेताना फेसबुक, व्हॉट्सॲप अशा समाज माध्यमांचाही त्या आवर्जून वापर करत. निधनाच्या काही दिवस आधीच त्यांची मराठी वाहिनीवर सुरू असलेल्या 'आई माझी काळूबाई' या अलका कुबल यांच्या मालिकेत प्रमुख भूमिका होती. मात्र, चित्रीकरणादरम्यानच त्यांच्यावर काळाने घाला घातला आणि कोरोना विषाणूची लागण झाल्याने त्यांच उपचारादरम्यान निधन झाले. अशा हरहुन्नरी अभिनेत्री आशालता वाबगावकर यांना मानाचा मुजरा...

◆◆◆

मनावर राज्य करणारा हसतमुख कलावंत.....

अभिनय कौशल्य, विनोदाचं अचूक टायमिंग, उत्तम संवादफेकीच्या जोरावर ज्यांनी अनेक भूमिका अजरामर केल्या, ते व्यक्तिमत्त्व म्हणजे अभिनेते विजू खोटे...

विजू खोटे

जन्म - १७/१२/१९४१

मृत्यू - ३०/०९/२०१९

अभिनेते सुनील बर्वे यांच्या 'हर्बेरियम' उपक्रमाची सर्वत्र चर्चा सुरू होती. जुनी पाच नाटकं रंगभूमीवर पुन्हा येणार होती. या उपक्रमावर पुस्तक व्हावं, अशी इच्छा मी अभिनेते सुनील बर्वे यांना बोलून दाखवली. त्या वेळी त्यांचं पाचव्या नाटकाचं नियोजन सुरू होतं. ते नाटक म्हणजे 'झोपी गेलेला जागा झाला'. या नाटकात विजूकाका महत्त्वपूर्ण भूमिकेत होते. या नाटकाचं दिग्दर्शन विजय केंकरे करत होते . 'झोपी गेलेला जागा झाला' या नाटकाच्या तालमीला मी बऱ्यापैकी हजर होतो. या नाटकात अनेक दिग्गज कलावंत काम करत होते. नाटकाच्या तालमीदरम्यान मझी पहिल्यांदा अभिनेते विजू खोटे यांच्याशी ओळख झाली. त्यांचा साधेपणा, बोलण्यातला आदर आणि कामाची शिस्त बघून खूप भारी वाटलं. सीनियर कलावंत असूनदेखील त्यांच्या चेहऱ्यावर हा

आविर्भाव दिसला नाही. 'साधी राहणी पण उच्च विचारसरणी' हे गुण कौतुक करण्यासारखे होते.

'झोपी गेलेला जागा झाला' या नाटकात भरत जाधव, सतीश पुळेकर, भार्गवी चिरमुले, दिन्यार तिरंदाज, संतोष पवार, संपदा कुलकर्णी, धनश्री काडगावकर व सुनील बर्वे काम करत होते. मला अजूनही आठवतं, या तालमीला विजूकाका वेळेच्या आधी हजर असायचे. आपल्यामुळे कुणाला उशीर व्हायला नको किंवा आपल्यामुळे कुणाचा वेळ वाया जाऊ नये असं त्यांना कायम वाटायचं. त्यामुळे ते प्रत्येकवेळी वेळेच्या आधी हजर असायचे. मला कायम प्रश्न पडायचा, एक एवढा सीनियर कलावंत इतका साधा कसा असू शकतो? तालमीच्या मध्यंतरात जो काही नाश्ता मागवला जायचा, त्यावर ते अक्षरशः तुटून पडायचे, कारण त्यांना प्रचंड भूक लागायची आणि ते खाण्याच्या बाबतीत प्रचंड उत्साही असायचे. त्यांना वेगवेगळे पदार्थ खायला आवडायचे. मी त्यांना कायम विचारायचो, "सर तुम्ही इतकं साधं कसं राहू शकता?" तेव्हा ते फक्त हसायचे आणि माझ्या प्रश्नाला बगल द्यायचे. पण त्यांच्या या हास्याने मी कुठेतरी हरवून जायचो. ते कलाकार म्हणून उत्तम होतेच, पण माणूस म्हणून त्यापेक्षा ही कितीतरी पटीने चांगले होते.

त्यांच्या चेहऱ्यावर मी कधी टेन्शन बघितलं नाही, ते कायम हसतमुख असायचे. 'हर्बेरियम' या पुस्तकाच्या निमित्ताने मी अनेक कलाकारांच्या मुलाखती घेतल्या. त्यात विजूकाकांची मुलाखत घेण्याचं भाग्य मला मिळालं होतं. त्यामुळे मी खूप खुश होतो. मुलाखतीचा दिवस ठरला, वेळ ठरली. ही मुलाखत फोनवर शक्य नसल्याने त्यांच्या राहत्या घरी त्यांनी मला भेटण्यास बोलावलं. मी गेलो आणि आमची मुलाखत सुरू होणार, तेवढ्यात त्यांनी मला पश्न केला. "काय खाणार तू?" मी लाजल्यासारखं काहीच बोललो नाही. त्यांनी मला प्रश्न केला, "असं कसं? पहिल्यांदा घरी आलास. काहीतरी खाल्लं पाहिजे." मी काय बोलणार? मी गप्पच बसलो तेव्हा ते म्हणाले, "इथे गावदेवीला बटाटेवडे आणि भजी खूप चांगली मिळतात. थांब मी त्याला फोन करून विचारतो. भजी किंवा बटाटेवडे गरम आहेत का?" त्यांनी माझ्यासमोर तात्काळ

फोन काढला आणि चक्क बटाटेवड्यांची ऑर्डर दिली. मी फक्त त्यांच्याकडे बघत राहिलो. मी ऑफिसमधून दमून भागून आलो होतो. माझी भूक त्यांनी ओळखली असावी. मी काही विचारणार, तेवढ्यात काका म्हणाले, “अरे मी काय कुठे पळून चाललो की काय, नंतर बोलू. अगोदर खाऊन घेऊ.” त्यांचा हा साधेपणा खूप भारी होता. त्यांनी मुलाखत दिली आणि दोन दिवसांनंतर शिवाजी मंदिरला ‘झोपी गेलेला जागा झाला’ नाटकाचा प्रयोग होता. तेव्हा मी माझी मुलाखत त्यांना वाचून दाखवली, ती त्यांना प्रचंड आवडली. मला म्हणाले, “चांगलं लिहितोस रे तू” आणि पाठीवर शाबासकी दिली. काका जितके रुबाबदार, भारदस्त वाटायचे, तेवढेच ते मनाने आतून कोमल होते.

विजूकाकांचं बालपण खूप मस्त होतं. त्यांना जे बालपण अनुभवयाला मिळालं, त्याबाबत ते स्वतःला खूप लकी समजायचे. आत्तापर्यंत त्यांनी ज्या मराठी-हिंदी सिनेमांत कामं केली, त्यापाठीमागे त्यांचं कुटुंब व त्यांचा आधार त्यांना होता. त्यांना लहानपणापासून वाचनाची आवड होती. तसंच सायकॉलॉजी या विषयात काकांना खूप इंटरेस्ट होता. त्यांचं पाऊल इंडस्ट्रीत पडलं ते अभिनयात छाप उमटवण्यासाठीच! तो काळ कॉमेडियन्सचा होता. चित्रपटाच्या गोष्टीत हीरो- हीरोइन्ससोबत विनोदी भूमिका करणाऱ्यांनाही समांतर महत्त्व होतं. त्यामुळे केवळ प्रेक्षकांना हसवणं हा एकच उद्देश न ठेवता, तेव्हाच्या लेखक आणि दिग्दर्शकांनी चित्रपटाला साजेशा विनोदी भूमिका सजवल्या. त्यात विजूकाका एकदम फिट्ट बसले. वडील नंदू खोटे यांचा चित्रपट वारसा त्यांना लाभला. तेव्हापासून ह्यातभर रूपेरी पडद्याने त्यांची साथ सोडली

नाही. १९६४ ला आलेल्या 'या मालक'पासून अगदी आताच्या २०१८ मधील 'जाने क्यू दे यारो' या चित्रपटामध्ये छोटेखानी भूमिका करणारे विजूकाका 'शोले' चित्रपटाद्वारे घरोघरी पोहचले.. 'अंदाज अपना अपना'मधील 'गलती से मिस्टेक हो गया' या रॉबर्टच्या डायलॉगने त्यांना प्रसिद्धीच्या शिखरावर नेलं. नंतर चित्रपटाच्या नायकानेच कॉमेडी करायची, असा ट्रेंड आला आणि तिथून कॉमेडियन्सचा उतरता काळ सुरू झाला. 'व्हिलनचा लेफ्ट हँड' असा लौकिक पसरेल, इतक्या चित्रपटांमध्ये काम केल्यानंतरही मुख्य व्हिलनचं काम मात्र विजूकाकांना कधी मिळालं नाही. 'जबान संभाल के' या गाजलेल्या मालिकेतील त्यांची भूमिका चांगलीच गाजली. सशक्त अभिनय आणि विविध भाषांची सरमिसळ करणारी सशक्त संहिता यामुळे ही मालिका टेलिव्हिजनविश्वात मैलाचा दगड ठरली. 'प्रत्येक पिढीतले लोक त्यांना ओळखतात आणि हाच त्यांचा खऱ्याअर्थाने पुरस्कार आहे', असं मला वाटतं.

'शोले'मधील कालिया असो, किंवा 'अंदाज अपना अपना'मधील रॉबर्ट... आपल्या कसदार अभिनयाने ज्येष्ठ अभिनेते विजू खोटे यांनी प्रत्येक भूमिकेला न्याय दिला. 'शोले' चित्रपटातील त्यांचा कालिया तर आजही लोकांच्या मनात घर करून आहे. परंतु, या भूमिकेसाठी त्यांना किती मानधन मिळालं होतं माहीत आहे का? विजू खोटेंनी अजरामर केलेल्या या भूमिकेसाठी

त्यांना फक्त २५०० रुपये देण्यात आले होते. विजूकाकांना कालियाची भूमिका कशी मिळाली याविषयीचा किस्सा स्वत: एका मुलाखतीत बोलताना त्यांनी सांगितला होता. "मला एके दिवशी संध्याकाळी ४ च्या सुमारास रमेश सिप्पी यांचा फोन आला. त्यांनी मला ऑफिसला भेटायला बोलावलं. मी खारला त्यांच्या ऑफिसला पोहोचलो. तेव्हा ते म्हणाले, 'भूमिका फार छोटीशी आहे. एकदा तू ६ मिनिटांसाठी पडद्यावर दिसशील आणि दुसऱ्यांदा ७ मिनिटांसाठी... याचाच अर्थ संपूर्ण चित्रपटात पडद्यावर तुझी केवळ १२ मिनिटांची भूमिका असेल. भूमिका जरी फार कमी वेळेची असली, तरी ही भूमिका तुझं आयुष्य बदलणार आहे. तू जरी पडद्यावर १०-१२ मिनिटं दिसलास तरी येणाऱ्या कित्येक पिढ्यांसाठी ही भूमिका तुझी ओळख ठरेल.' असं ते म्हणाले." विजू खोटेंनीदेखील लगेच या भूमिकेसाठी होकार कळवला आणि सिप्पींनी दिलेल्या शब्दाप्रमाणे या भूमिकेने इतिहास रचला. 'शोले' मध्ये 'कालिया'ची भूमिका साकारणारे अभिनेते विजू खोटे यांचं ३० सप्टेंबर २०१९ रोजी वयाच्या ७७ व्या वर्षी मुंबईमध्ये निधन झालं. त्यांनी आतापर्यंत हिंदी आणि मराठी मिळून जवळजवळ ४०० हून अधिक चित्रपटांत काम केलं आहे. 'शोले' चित्रपटातील विजूकाका यांचा डायलॉग 'सरदार आपका नमक खाया है' खूपच हिट झाला होता. आजदेखील फॅन्स 'शोले' चित्रपटातील त्यांच्या भूमिकेचं कौतुक करतात. अलीकडचा राष्ट्रीय पुरस्कार प्राप्त चित्रपट 'व्हेंटिलेटर' या चित्रपटातदेखील त्यांनी छोटीशी पण अत्यंत खुमासदार अशी व्यक्तिरेखा साकारली होती, जी रसिकांच्या मनात ठसली. अभिनय कौशल्य, विनोदाचं अचूक टायमिंग, उत्तम संवादफेकीच्या जोरावर त्यांनी अनेक भूमिका अजरामर केल्या.

हिंदी व मराठी सिनेसृष्टीत त्यांनी आजवर केलेल्या सिनेमा, मालिका व नाटकांचा प्रभाव हा कायमच जाणवतो. वडील नंदू खोटे यांच्या 'नाट्य' तालमीत खऱ्याअर्थाने त्यांच्या अभिनयाची जडणघडण झाली. दुर्गा खोटे व शुभा खोटे यांच्या तालमीत त्यांच्या अभिनयाला अनेक दिशा प्राप्त झाल्या. 'कमळी' नावाच्या एका मराठी चित्रपटाचं गीतलेखन मी करत होतो. या चित्रपटात विजू काकांची पण एक महत्त्वाची भूमिका होती. या चित्रपटाचं शूटिंग

गोरेगाव येथील फिल्मसिटीमध्ये सुरू होतं. या वेळी काकांसोबत पूर्णवेळ थांबायची संधी मला मिळाली होती. शूटिंगच्या त्या दोन दिवसांत काका मला आणखी जवळून पाहता आले. जेवढी काळजी ते त्यांच्या भूमिकेची घ्यायचे, तेवढीच त्यांच्या आजूबाजूला काम करत असलेल्या सहकाऱ्यांचीही घ्यायचे. सीन संपला तरी 'व्हॅनिटी'मध्ये न जाता सेटवरच थांबायचे व आवर्जून बारकाईने लक्ष द्यायचे. त्यांचं हे कामाबद्दलचं प्रेम पाहून काम करायला आणखी बळ मिळायचं. सेटवर कुणी उपाशी नाहीये ना, कुणाला काही प्रॉब्लेम नाहीये ना, याची ते आवर्जून चौकशी करायचे. हसरा स्वभाव असल्याने मिस्कीलपणे मस्करी करत काम करायचे. त्यामुळे त्यांच्यासोबत असताना कोणालाच कंटाळा यायचा नाही. ते सर्वांशी मिळून मिसळून राहायचे, कधी ही भेदभाव करत नव्हते. त्यांच्या या सर्व आठवणी माझ्या या मनात मी साठवून आहे. एक जबरदस्त हसतमुख अवलिया अनेकांच्या मनावर राज्य करून गेला एवढं मात्र नक्की. आता ते आपल्यात नाहीत, उरल्या आहेत फक्त त्यांच्या आठवणी. अशा या सर्वगुणसंपन्न कलावंताला हा मानाचा मुजरा.......

◆◆◆

'काटेरी' ते 'रुपेरी' अभिनयाचा गड...

जयश्री गडकर

जन्म - २१/०२/१९४२

मृत्यू - २९/०८/२००८

आपलं सौंदर्य, अभिनय, नृत्य, सामाजिक बांधिलकी व समंजस वागणं या गुणांमुळे ओळखल्या जाणाऱ्या; तसंच तमाशाप्रधान चित्रपटातल्या मादक, नखरेल कलावंतिणीपासून घरंदाज, कुलवंत ब्राह्मण कन्येपर्यंत अनेक भूमिकांमधून आपलं सर्वस्व ओतणाऱ्या या कलावती म्हणजे अभिनयसंपन्न जयश्री गडकर.

चित्रपट तयार होत असतात, त्या वेळी त्यात अनेकांची मेहनत असते. काही दिग्गज कलावंतांचं आत्मचरित्र वाचत असताना सिनेमाच्या मागे असणारी त्यांची प्रामाणिक साधना व त्या वेळी त्यांनी केलेली मेहनत दिसून येते. असाच एक प्रकार माझ्या वाचनात आला. 'मोहित्यांची मंजुळा' या चित्रपटातील गाण्याचं चित्रीकरण होतं. त्यात काम करणाऱ्या मुख्य अभिनेत्री आजारी पडल्या होत्या. त्यांना सर्दी, खोकला, ताप आला होता. अशावेळी काय करायचं हा मोठा प्रश्न होता. शूटिंग होईल की नाही हे निश्चित नव्हतं. भालजींच्या

आदेशावरून काहीशा अनिच्छेनेच त्या अभिनेत्री गाणं ऐकायला तयार झाल्या. पण ते गाणं ऐकताक्षणीच त्यांची अस्वस्थता व आजारपण कुठच्या कुठे पळून गेलं. गाणं ऐकून त्या अभिनेत्री प्रफुल्लित झाल्या आणि तातडीने त्या अभिनेत्री चित्रीकरणास उभ्या राहिल्या. ते गाणं होतं 'बाई बाई मनमोराचा कसा पिसारा फुलला'. या गाण्याने व सिनेमाने पुढे इतिहास घडविला. या गाण्याबरोबरच तीक्ष्ण निरीक्षण आणि अफाट ग्रहणशक्ती, तसंच एकांतप्रिय स्वभावामुळे त्या भूमिकांवर मनस्वी चिंतन करून दर्जेदार भूमिका करायच्या. चित्रपटसृष्टीत कोणीच 'गॉडफादर' नसल्यामुळे त्यांनी स्वतःच स्वतःला घडवलं. उपजत साधेपणा, सौंदर्य, नृत्यकुशलता, अभिनयातील सहजता यांमुळे मिळालेल्या सर्व भूमिका एकापेक्षा एक सरस केलेल्या त्या गुणी अभिनेत्री म्हणजे साक्षात सर्वगुणसंपन्न कलाकार 'जयश्री गडकर'.

जयश्री गडकर यांचा जन्म २१ फेब्रुवारी १९४२ रोजी कर्नाटकच्या कारवार जिल्ह्यातल्या 'सदाशिवगड' या गावी एका सामान्य कुटुंबात झाला. मूळच्या मीना, नंतर जया व नंतर जयश्री या नावाने त्या ओळखल्या जाऊ लागल्या. त्या पाच वर्षांच्या असतानाच हे कुटुंब मुंबईला आल्यामुळे त्यांचं पुढचं सगळं शिक्षण मुंबईला झालं. मुंबईत खेतवाडीतल्या महानगरपालिकेच्या शाळेत त्यांचं प्राथमिक शिक्षण झालं. पुढे गिरगावच्या राममोहन हायस्कूलमधून त्यांनी शालान्त परीक्षा दिली. शिक्षणाची आवड असूनही त्यांना फार शिक्षण घेता आलं नाही. मात्र लहानपणापासून त्यांना गाण्याची आवड होती. ताल- सुरांचं उपजत ज्ञान होतं आणि गळाही गोड होता. त्यामुळे मास्टर नवरंग यांच्याकडे त्या गाणे शिकल्या. कॉलेज शिक्षण मात्र त्यांच्या नशिबात नव्हतं, पण लहानपणापासून आपल्या भविष्याविषयीची स्वप्नं रंगवणं त्यांना खूप आवडायचं. कलाक्षेत्राकडे त्यांचा विशेष ओढा होता. लहान असताना चोरून सिनेमा पाहिल्याच्या आठवणीही जयश्रीबाई सांगतात. खाऊच्या पैशांतून आठ-दहा दिवसांतून एक तरी चित्रपट पाहिला जात असे, पण एकदा आईच्या पर्समधून पैसे घेऊन चित्रपट पाहण्याचं धाडस मात्र चांगलंच अंगाशी आलं. कारण आईने तापत्या पलित्याने डागलं आणि तेव्हापासून चोरून सिनेमा

पाहणं बंद झालं. पण त्यानंतर नृत्याचं शिक्षण सुरू झालं. जयश्रीबाई गोपीकृष्णांकडून कथ्थक शिकल्या. पुढे त्यांनी गाण्याचेही धडे घेतले. गणेशोत्सवात नाटकं करता करताच जयश्रीबाई हौशी रंगभूमीवर सहजपणे वावरू लागल्या. पण पुढे मात्र सिनेमा आणि नाटक अशी कसरत न करता केवळ चित्रपटांवर त्यांनी आपलं सारं लक्ष केंद्रित केलं.

जयश्री गडकर यांनी १९५० - १९५४ या काळात हौशी रंगभूमीवर कामं केली. याच काळात त्या शास्त्रीय नृत्यही शिकल्या. जयश्री गडकर यांनी सुरुवातीच्या काळात राजकमल कलामंदिरात नोकरी केली. याच काळात व्ही. शांताराम यांना आपल्या 'झनक झनक पायल बाजे' (१९५५) या चित्रपटासाठी एका समूहनृत्यात सहनर्तिका हव्या होत्या. संध्या या चित्रपटाची नायिका होत्या. व्ही. शांतारामसारखे दिग्दर्शक आणि सप्तरंगी हिंदी चित्रपट या आकर्षणामुळे त्यांनी या चित्रपटात समूहनृत्यातून आपली नृत्यकला सादर केली. या नृत्याने त्यांना 'दिसतं तसं नसतं' या चित्रपटात एका नृत्यासाठी काम मिळालं. मात्र केवळ नृत्य करण्यापुरती भूमिका करायची नाही, असं त्यांनी या चित्रपटानंतर ठरवले. यानंतर 'गाठ पडली ठका ठका' या चित्रपटात नायिका म्हणून त्यांना प्रथमच भूमिका मिळाली. २१ मार्च १९५६ या दिवशी त्या नायिका म्हणून पडद्यावर आल्या, याच दिवशी योगायोगाने त्यांनी वयाची १६ वर्षं पूर्ण केली. १९५७ साली फिल्मिस्तानच्या 'आई मला क्षमा कर' आणि 'पहिलं प्रेम' या चित्रपटांतून त्यांनी प्रमुख भूमिका केल्या. फिल्मिस्तानचा पहिला चित्रपट होता 'आलिया भोगासी'. या चित्रपटात जयश्री गडकर यांनी राजा गोसावींबरोबर

प्रमुख भूमिका केली आणि नंतरच्या कारकीर्दीत राजा गोसावींबरोबर त्यांनी अनेक चित्रपटांतून नायिकेच्या भूमिका केल्या, त्या प्रेक्षकांच्या पसंतीस उतरल्या.

'सांगत्ये ऐका' (१९५९) या चित्रपटात जयश्री गडकर यांनी तमासगिरणीची भूमिका रंगवली. हा चित्रपट मराठीतला सर्वांत जास्त चालणारा चित्रपट ठरला. त्यातल्या 'बुगडी माझी सांडली गं..' या लावणी नृत्याने जयश्री गडकर यांना मराठी चित्रपटसृष्टीत उत्कृष्ट नृत्यांगना म्हणून कायमचं स्थान मिळालं. चित्रपट रसिकांना ही लावणी अजूनही भुरळ घालते. पुण्यात विजयानंद चित्रपटगृहात हा चित्रपट सलग १३२ आठवडे चालला. हा चित्रपट त्यांच्या कारकीर्दीतला मैलाचा दगड ठरला. १९५९ मध्ये प्रदर्शित झालेल्या या चित्रपटाचे दिग्दर्शक होते अनंत माने. याच चित्रपटातल्या भूमिकेने जयश्रीबाईंना 'रसरंग फाळके पुरस्कार' मिळवून दिला. त्यानंतर जयश्री गडकर यांनी जवळपास पन्नास वर्षं मराठी चित्रपटसृष्टीत अधिराज्य गाजवलं. तमाशापटांबरोबरच अनेक कौटुंबिक, भावनाप्रधान, विनोदी, ऐतिहासिक चित्रपटांतूनही त्यांनी प्रमुख भूमिका केल्या. एक चतुरस्र कलाकार म्हणून त्यांनी मराठी चित्रपटांत आपला अमीट ठसा उमटवला. दरम्यानच्या काळात त्यांनी 'एक अरमान मेरा' या चित्रपटाद्वारे हिंदी चित्रपटसृष्टीतही प्रवेश केला. अभिनेते अशोककुमार यांच्याबरोबर नायिकेची भूमिका असलेला 'प्रायव्हेट सेक्रेटरी' हा त्यांचा चित्रपट रसिकांच्या आजही लक्षात आहे. हिंदी चित्रपटसृष्टीत धार्मिक, पौराणिक चित्रपटांत त्यांच्या भूमिका लक्षणीय ठरल्या. तसंच 'सारंगा' चित्रपटातील 'सारंगा तेरी याद में...' हे गाणंही रसिकांच्या स्मरणात आहे.

मराठीत या काळात त्यांनी 'सवाल माझा ऐका', 'साधी माणसं', 'पवनाकाठचा धोंडी', 'थांब लक्ष्मी कुंकू लावते', 'युगे युगे मी वाट पाहिली', 'घरकुल', 'घर गंगेच्या काठी', 'पाटलाची सून', 'अवघाची संसार', 'मोहित्यांची मंजुळा' इ. महत्त्वाच्या चित्रपटांतून प्रमुख भूमिका केल्या. चित्रपट क्षेत्रातल्या त्यांच्या लोकप्रियतेबरोबर याच चित्रपटांतील भूमिकांमुळे त्यांना अनेक पुरस्कारांनी गौरवलं. १९६१ मध्ये प्रदर्शित झालेल्या 'मानिनी' चित्रपटातल्या

भूमिकेसाठी त्यांना सर्वप्रथम 'राष्ट्रीय पुरस्कार' मिळाला. जयश्री गडकर यांनी यापूर्वी चित्रपटांतून विशेषत: तमासगिरणीच्या भूमिका केल्या होत्या. त्या नृत्यकुशल अभिनेत्री म्हणून ओळखल्या जात होत्या; 'मानिनी'तल्या सोज्ज्वळ, सात्त्विक, स्वाभिमानी ब्राह्मणकन्येची भूमिका जयश्री निभावेल का?' असा प्रश्न त्या काळात चित्रपट क्षेत्रातील दिग्गजांना पडला होता. मात्र या भूमिकेतही आपल्या सात्त्विक सौंदर्याने, मृदू व्यक्तिमत्त्वाने, अभिनयकौशल्याने जयश्री गडकर यांनी अभिनय क्षेत्रातील आपलं अष्टपैलुत्व सिद्ध केलं. १९६४ मध्ये 'सवाल माझा ऐका', १९६५ मध्ये 'साधी माणसं', १९६६ मध्ये 'पवनाकाठचा धोंडी' या चित्रपटांसाठी सलग राष्ट्रीय पुरस्कार मिळवून त्यांनी 'हॅटट्रिक' साधली.

महाराष्ट्र राज्य चित्रपट महोत्सवातही 'साधी माणसं', 'पाटलाची सून', 'थांब लक्ष्मी कुंकू लावते', 'घर गंगेच्या काठी' या चित्रपटांतील भूमिकांसाठी सर्वोत्कृष्ट अभिनेत्रीच्या पुरस्कारांनी त्यांना गौरवलं. 'घरकुल' चित्रपटासाठी १९७१ मध्ये 'विशेष अभिनेत्री'चा पुरस्कार देऊन राज्य सरकारने त्यांच्या समर्थ अभिनयाची, एकूण चित्रपट कारकीर्दीची वेगळी दखलही घेतली. साधारणत: १९५० ते १९६० या कृष्णधवल चित्रपटांच्या काळात जयश्रीबाईंनी भालजी पेंढारकर, राजा परांजपे, अनंत माने, दिनकर द. पाटील, दत्ता धर्माधिकारी, राजा ठाकूर, गजानन जागीरदार, वसंत पेंटर यांसारख्या दिग्गज दिग्दर्शकांकडे काम केलं. प्रत्येकाची वेगळी दिग्दर्शनशैली त्यांनी अनुभवली. त्यांनी राजा गोसावी, सूर्यकांत, चंद्रकांत, अरुण सरनाईक या सहकलाकारांबरोबर केलेल्या भूमिका विशेष गाजल्या. व्यक्तिरेखेच्या मागणीनुसार शिकत राहणं, परिश्रम घेत राहणं हा त्यांचा स्थायिभाव होता. भालजी पेंढारकरांच्या 'साधी माणसं' या चित्रपटासाठी त्यांनी लोहाराचा भाता चालवण्याचं तंत्र अवगत केलं आणि मगच त्या कॅमेऱ्यासमोर गेल्या. भाता चालवतानाचं 'ऐरणीच्या देवा तुला ठिणगी ठिणगी वाहू दे..' हे गाणं अजरामर ठरलं.

आपल्या पन्नास वर्षांच्या कारकीर्दीत त्यांनी २५० चित्रपटांतून भूमिका केल्या. स्त्रीचा स्वाभिमान, स्त्रीचा सूड, स्त्रीची माया-ममता अशा सगळ्या

भावभावनांना त्यांनी पडद्यावर संवेदनशीलपणे जिवंत केलं. याचबरोबर चित्रपट क्षेत्राशी निगडित असणाऱ्या ध्वनी, संकलन, चित्रीकरण, प्रकाशयोजना

या तांत्रिक बाबीही त्या शिकत गेल्या. हिंदी, गुजराती, मारवाडी, पंजाबी, भोजपुरी, कन्नड, तेलुगू या भाषांतील चित्रपटांतूनही त्यांनी अभिनय केला. शहरी तसंच ग्रामीण, मराठमोळ्या मराठी बोलीभाषेवरही त्यांचं प्रभुत्व होतं. 'जगन्नाथाचा रथ' या चित्रपटाचे नायक बाळ धुरी यांच्याशी १९७५ मध्ये त्यांनी विवाह केला. राजू या मुलाच्या जन्मानंतरही त्यांनी चित्रपटांतून भूमिका केल्या. रामानंद सागर यांच्या 'रामायण' या दूरदर्शन मालिकेत या पतिपत्नीने दशरथ- कौशल्येची भूमिका केली. ही भूमिका देखील विशेष गाजली. मराठी चित्रपटांतल्या भूमिका करत असतानाच जयश्री गडकर यांनी अण्णासाहेब घाडगे यांच्या 'सासर-माहेर' चित्रपटाचं दिग्दर्शन केलं. चित्रपट यशस्वी झाला आणि दिग्दर्शिका होण्याचं त्यांचं स्वप्नही साकार झालं. त्यानंतर १९९६ मध्ये त्या चित्रपट निर्मिती क्षेत्रातही उतरल्या. निर्मिती, कथा-दिग्दर्शन-अभिनय अशा भूमिका उत्तम सांभाळून त्यांनी चित्रपट बनवला 'अशी असावी सासू'.

भक्तिभावाने ओथंबलेली व्यक्तिरेखा साकार करताना प्राणप्रिय असलेली मासळी आपल्या आहारातून सहा-सहा महिने वर्ज्य करीत शुचिर्भूत अंत:करणाने त्या कॅमेऱ्यासमोर जात. श्रद्धापूर्वक अभिनयाची साधना करणारी, शब्दांशिवाय केवळ हावभावांतूनच सारं काही सांगून टाकणारी ही समर्थ अभिनेत्री पुढे हिंदी चित्रपटसृष्टीतही ताठ मानेनं आणि ताठ कण्यानं वावरली. शूटिंगदरम्यान आपल्याला झालेले अनेक अपघात जयश्रीबाईंनी पचवले.

जयश्री गडकर चित्रपटसृष्टीत आल्या तेव्हा अनेकांना वाटत होतं की, ही अपऱ्या नाकाची, साध्या सरळ भांगाची, काकू म्हणूनच जमा होणारी पोरगी नायिका म्हणून प्रभाव तो काय पाडणार? पण जयश्री गडकर सुरुवातीपासूनच सहजी हार मानणाऱ्या नव्हत्या. त्यांच्या कलाजीवनाची वाटचाल 'रुपेरी' होती, तितकीच ती 'काटेरी' देखील होती. त्यांना अनंत यातना भोगाव्या लागल्या; पण कामावरच्या निष्ठेमुळे त्या त्यातून सहीसलामत बाहेर पडल्या. मराठी, हिंदी, सामाजिक पौराणिक अशा अनेक चित्रपटांमधून त्यांनी काम केलं. त्यांच्या प्रदीर्घ कारकिर्दीत त्यांना तीन वेळा राष्ट्रीय पुरस्कार, पाच वेळा महाराष्ट्र राज्य शासनाचा पुरस्कार, २००३ सालचा व्ही. शांताराम पुरस्कार, २००५ मध्ये 'समाजदर्पण', सिने अँड टीव्ही आर्टिस्टतर्फे दिला जाणारा 'सीण्टा' पुरस्कार आणि २००८ मध्ये 'चित्रभूषण' पुरस्काराने सन्मानित करण्यात आलं होतं. २९ ऑगस्ट २००८ रोजी दिग्गज अभिनेत्री जयश्री गडकर या कलासृष्टीला सोडून गेल्या; पण आजही त्यांच्या भूमिकांतून त्या आपल्यात जिवंत आहेत. त्यांना मानाचा मुजरा.

'दिग्दर्शना'चं अभ्यासू विद्यापीठ .....

सुमित्रा भावे

जन्म - १२/०१/१९४३

मृत्यू - १९/०४/२०२१

साहित्य, आशय, शब्द, चित्र, कला, मूल्यं आणि माणूसपण या सर्व गोष्टींचा एकसंध विचार करून त्याला चित्रपटाचं रूप देणाऱ्या बहुआयामी चित्रकर्मी म्हणजेच सुमित्रा भावे....

चित्रपटांच्या माध्यमातून सिनेसृष्टीत आपला वेगळा ठसा उमटवणाऱ्या सुप्रसिद्ध दिग्दर्शिका, निर्मात्या आणि पटकथालेखक हीच त्यांची खरी ओळख. मूळ पिंड समाजसेवेचा असल्याने समाजसेवा करताना आलेले अनुभव, प्रसंग त्यांच्या सर्जनशील मनाने सूक्ष्मपणे टिपले. त्याच्या अभिव्यक्तीसाठी चित्रपटासारखं प्रभावशाली माध्यम त्यांनी वापरलं. त्या वेळी वाणिज्य शाखेत शिकणारा आणि नाट्य उपक्रमांमध्ये रमलेला विद्यार्थी सुनील सुकथनकर त्यांना म्हणून सहकारी लाभला. त्यांचा 'बाई' हा पहिला लघुपट राष्ट्रपती पदकविजेता ठरला. मग या दिग्दर्शक द्वयीने 'दोघी', 'वास्तुपुरुष' यांसारखे गंभीर विषय हाताळून या चित्रपटाला त्यापलीकडे पोचविलं. या जोडीने चौदा चित्रपट, ५० हून अधिक लघुपट, ३ दूरदर्शन मालिकांची निर्मिती व

दिग्दर्शन केलं. 'जिंदगी जिंदाबाद', '१० वी फ', 'वास्तुपुरुष', 'देवराई', 'बाधा', 'नितळ', 'एक कप च्या', 'हा भारत माझा', 'संहिता', 'अस्तु', 'दोघी', 'कासव' असे अनेक चित्रपट त्यांनी दिले. या चित्रपट व लघुपटांना तीन आंतरराष्ट्रीय, १० राष्ट्रीय, ४० हून अधिक राज्य पुरस्कार, तसंच अन्य पुरस्कार मिळाले आहेत. देश-विदेशांतील अनेक महोत्सवांत या चित्रपटांचं प्रदर्शनही झालं आहे. या दिग्दर्शक द्वयीला 'दोघी', 'वास्तुपुरुष', 'अस्तु', 'देवराई', 'बाई', 'पाणी', 'कासव' या चित्रपट व लघुपटांसाठी ७ वेळा राष्ट्रीय पुरस्काराने गौरवण्यात आलेलं आहे. या जोडीतील एक म्हणजे ज्यांनी साहित्य, आशय, शब्द, चित्र, कला, मूल्यं आणि माणूसपण या सर्व गोष्टींचा एकसंध विचार करून त्याला चित्रपटाचं रूप दिलं, अशा बहुआयामी चित्रकर्मी म्हणजेच सुमित्रा भावे....

सुमित्रा भावे यांचा जन्म पुणे येथे १२ जानेवारी १९४३ ला झाला. त्यांनी आगरकर हायस्कूलमधून माध्यमिक शिक्षण, तर फर्ग्युसन महाविद्यालयातून कला शाखेची पदवी घेतल्यानंतर मुंबईच्या टाटा समाजविज्ञान संस्थेतून समाजकार्याचं पदव्युत्तर शिक्षण घेतलं. कविता लेखन, रांगोळी, चित्रकला असे छंद जोपासत त्यांनी विद्यार्थिदशेत गुरू रोहिणी भाटे यांच्याकडे नृत्याचं शिक्षण घेतलं. राष्ट्रसेवा दलाच्या कला विभागात नृत्यामध्ये त्यांचा सहभाग होता. सुरुवातीच्या काळात त्यांनी दिल्ली आकाशवाणीवरून मराठी वृत्तनिवेदनही केलं. त्यांनी टाटा इन्स्टिट्यूटमध्ये काही काळ काम केलं. पुणे येथील कर्वे समाज सेवा संस्थेमध्ये समाजकार्याचं अध्यापन केलं. अनेक सामाजिक संशोधनं आणि शोधनिबंध, उरुळी कांचन येथे सर्वोदय अध्ययन केंद्र हा शिक्षण प्रयोग, मुंबईच्या कास्प-प्लान या झोपडपट्टी वस्त्यांमधील मुलं व कुटुंबं यांच्या विकास योजना प्रकल्पाच्या प्रमुखपदाचा कार्यभार या अनुभवांनंतर त्यांनी पुण्याच्या स्त्री-वाणी या संस्थेच्या संचालकपदावरही काम केलं. या दरम्यान दलित, अशिक्षित स्त्री यांच्या स्वप्रतिमेच्या अभ्यासाचे निकष त्यांच्यापर्यंत पोचविण्याच्या भावनेतून त्या १९८५ पासून चित्रपट माध्यमाकडे वळल्या.

सुमित्रा भावे या मराठी चित्रपट दिग्दर्शिका, निर्मात्या आणि पटकथालेखक. त्यांना बरेच आंतरराष्ट्रीय सन्मान मिळाले आहेत. त्यांनी

पुण्याच्या फर्ग्युसन कॉलेजातून पदवी घेतल्यावर पुणे विद्यापीठातून राज्यशास्त्र आणि समाजशास्त्र या दोन विषयांत एम. ए केलं. शिक्षण पूर्ण झाल्यावर भावे यांनी बऱ्याच समाजसेवी संस्थांमध्ये विनामोबदला काम केलं होतं. कथा, पटकथा, संवाद, वेशभूषा, दिग्दर्शन आणि निर्मिती अशा अनेक भूमिका त्या अतिशय सहजपणाने करत राहिल्या. एकीकडे समाजशास्त्राचा अभ्यास, समाजातल्या सर्व घटकांविषयी कळकळ, चांगुलपणावर विश्वास आणि समूहभावनेने काम करण्याची सवय, यांमुळे त्यांचे चित्रपट आणि कामाचं स्वरूपही वेगळं ठरलं. माहितीचा अधिकार, स्किझोफ्रेनिया, पांढरे डाग, तरुण वयातील नैराश्य, माणसाची घराविषयीची आस... अशा कित्येक विषयांची मांडणी करताना त्या सतत 'माणूस' शोधत राहिल्या आणि 'स्टोरीटेलिंग'ची विलक्षण हातोटी असल्याने त्यांच्या चित्रपटांनी सर्वच पातळ्यांवर उंची गाठली. दिठी, दहावी फ, अस्तु, एक कप च्या, कासव, घो मला असला हवा, जिंदगी जिंदाबाद (हिंदी), देवराई, दोघी, नितळ, फिर जिंदगी (हिंदी लघुपट), बाधा, बेवक्त बारीश (हिंदी लघुपट), मोर देखने जंगल में (हिंदी माहितीवजा कथापट), वास्तुपुरुष, संहिता, हा भारत माझा... या काही निवडक चित्रपटांचं त्यांनी दिग्दर्शन केलं. कर्नाटकातील शाश्वटती या राष्ट्रीय संस्थेतर्फे दरवर्षी एका

भाषेतील अभिजात साहित्यनिर्मितीसाठी दिला जाणारा कामधेनू पुरस्कार सुमित्रा भावेंना मराठी भाषेसाठी त्यांच्या संहिता लेखनातील साहित्यिक मूल्यांसाठी २०१३ मध्ये देण्यात आला होता. त्यांना केरळमधील अरविंदन स्मृती पुरस्कार, सह्याद्री चित्ररत्न पुरस्कार, साहिर लुधियानवी - बलराज सहानी प्रतिष्ठानचा के. ए. अब्बास स्मृती पुरस्काराने सन्मानित करण्यात आलं होतं.

सुमित्रा भावे यांनी दिग्दर्शक सुनील सुकथनकर यांच्या सोबतीने अनेक उत्तमोत्तम मराठी चित्रपटांची निर्मिती केली. 'बाई' आणि 'पाणी' या सुरुवातीच्या लघुपटांना लोकप्रियता मिळाल्यानंतर त्यांनी १९९५ मध्ये 'दोघी' हा पहिला पूर्ण लांबीचा चित्रपट तयार केला. त्यानंतर त्यांनी दिग्दर्शित केलेले 'दहावी फ', 'वास्तुपुरुष', 'देवराई', 'बाधा', 'नितळ', 'एक कप च्या', 'घो मला असला हवा', 'कासव', 'अस्तु' हे चित्रपट गाजले. त्यांचे चित्रपट आंतरराष्ट्रीय चित्रपट महोत्सवांत नावाजले गेले, तर अनेक चित्रपटांना राज्य आणि राष्ट्रीय पुरस्कारही मिळाले. 'दिठी' हा त्यांनी स्वतंत्ररीत्या दिग्दर्शित केलेला चित्रपट दोन वर्षांपूर्वी प्रदर्शित झाला होता. सोनाली कुलकर्णी, उमेश कुलकर्णी, सचिन कुंडलकर यांच्यासह अनेक कलाकारांना सुमित्रा भावे यांच्याकडे चित्रपटाचे धडे गिरवता आले. अंगभूत हुशारी, साहित्याची जाण आणि प्रचंड कष्टाच्या तयारीमुळे सुमित्राताईंचे सर्वच चित्रपट वैश्विक ठरले. महाराष्ट्रात प्रदर्शित होण्याआधीच ते विदेशी चित्रपट महोत्सवांत पोचून गाजू लागले. सुमित्राताईंमध्ये एक चांगला कलाकार दडलेला होता. परंतु, चित्रपट ही कला असली तरी तिला तंत्राची जोड मिळाली तरच ती प्रेक्षकांचं मन जिंकू शकते. ही बाब खूप आधीच माहिती असल्यामुळे सुमित्राताईंनी आपला चित्रपट तंत्राच्या बाजूने कमी पडणार नाही, याची काळजी घेतली. तंत्र चांगलं असणं म्हणजे भरपूर पैसा खर्च करणं नव्हे. किंबहुना पैसा हा शब्द त्यांच्या चित्रपट निर्मिती प्रक्रियेत कधी आलाच नाही. इतरांना निर्माते मिळण्यात अडचणी येत असताना सुमित्राताईंना त्यांच्या मनाप्रमाणे चित्रपट बनवू देणारे निर्माते मिळाले. अर्थात, सुमित्राताईंच्या चित्रपटांना चित्रपटगृहांत जेवढा प्रेक्षकवर्ग मिळायला हवा होता, तेवढा काही तो मिळाला नाही, याबद्दल खेद वाटतो. अलीकडच्या काळात

तर प्रेक्षकसंख्येअभावी सुमित्राताईंच्या चित्रपटांचे शोज काही मल्टिप्लेक्समधून रद्द होण्याचेही दुर्दैवी प्रकार घडले. सुमित्राताईंसारख्या श्रेष्ठ दिग्दर्शकाबाबत असा प्रकार घडणं ही लाजिरवाणीच गोष्ट आहे. परंतु, या प्रकारालादेखील सुमित्राताई संयमाने, संयतपणे सामोऱ्या गेल्या. मराठी प्रेक्षकांना याबद्दल फार दोष न देता केरळ, बंगाल आणि कर्नाटकमध्ये आपल्या चित्रपटांना चांगला प्रतिसाद मिळतो,' एवढंच सूचक वक्तव्य त्यांनी केलं.

सुमित्राताई मूळच्या शिक्षिका. परंतु, प्रगल्भतेमुळे आता त्या नवीन कलाकारांसाठी एक चालतंबोलतं विद्यापीठच बनल्या होत्या. एवढी गुणवत्ता असूनही त्यांनी कधीही स्वतःचा बडेजाव मिरवला नाही. कोणत्याही कारणामुळे त्या वादग्रस्त ठरल्या नाहीत. खरंतर त्यांचीही पात्रता दादासाहेब फाळके पुरस्कार मिळण्याइतकी निश्चित होती. परंतु, असे विषय इतरांच्या दृष्टीने नगण्य होते. चित्रपट माध्यमाला समाजाचा आरसा म्हणून मानणाऱ्यांपैकी त्या होत्या आणि या आरशात त्यांनी आपल्या समाजाचं प्रतिबिंब अगदी तंतोतंत दाखविलं. म्हणूनच सुमित्राताईंचा सिनेमा हा आजचा, आपला नि आश्वासक होता. माहितीचा अधिकार, स्किझोफ्रेनिया, पांढरे डाग, तरुण वयातील नैराश्य, माणसाची घराविषयीची आस अशा कित्येक विषयांची मांडणी करताना त्या सतत 'माणूस' शोधत राहिल्या. देवराई, दोघी, दहावी फ अशा अनेक चित्रपटांच्या माध्यमातून सिनेसृष्टीत आपला वेगळा ठसा उमटवणाऱ्या सुप्रसिद्ध दिग्दर्शिका, निर्मात्या आणि पटकथालेखक सुमित्रा भावे यांचं १९ एप्रिल २०२१ रोजी पुण्यात निधन झालं. त्या ७७ वर्षांच्या होत्या. सुमित्रा भावे यांच्या निधनामुळे एका प्रतिभावंत दिग्दर्शिकेला गमावल्याची भावना सिनेसृष्टीत व्यक्त झाली. त्यांच्या आजवरच्या कार्याला मनापासून सलाम.

◆◆◆

गझल-विश्वातील निखळ 'तारा'.........

मानवी जीवनातील दुःख, वेदना शब्दबद्ध करणारे आणि आपल्या लेखणीने मराठीतील गझलविश्व समृद्ध करणारे प्रसिद्ध गझलकार म्हणजेच इलाही जमादार.....

इलाही जमादार

जन्म - ०१/०३/१९४६

मृत्यू - ३१/०१/२०२१

दिग्दर्शक प्रसाद नामजोशी हे 'रंगा पतंगा' या चित्रपटाचं लोकेशन शोधत फिरत होते. चित्रपटात एका ठिकाणी गझलेची सिच्युएशन होती. लोकेशन शोधता शोधता अचानक खूप पूर्वी वाचलेली गझल त्या दिग्दर्शकांना आठवू लागली. पहिली ओळ उर्दू दुसरी मराठी. वैशिष्ट्यपूर्ण रचना. “ऐ सनम आँखों को मेरी खूबसुरत साज दे, येऊनी स्वप्नात माझ्या एकदा आवाज दे...” हीच गझल आपल्या चित्रपटाला आणि त्यातल्या पात्राच्या, प्रसंगाच्या संदर्भात योग्य आहे असं नामजोशी यांना वाटू लागलं. संपूर्ण गझल आपल्याकडे डायरीत कधीतरी लिहिलेली आहे असं आठवलं. डायरी उघडली. पूर्ण गझल लिहिली होती. एखादी गोष्ट आवडली म्हणून लिहून ठेवण्याची सध्या आउटडेटेड वाटावी

अशी सवय होती. ती कामी आली. सहा शेर होते. गझल चित्रपटात वापरता येईल का? पैसे किती घेतील? राइट्स मिळतील का? वगैरे गोष्टींची चिंता चिन्मय पाटणकर यांनी खांद्यावर घेतली. मात्र गझलकार यांनी कुठलेही आढेवेढे न घेता तात्काळ चित्रपटात गझल वापरण्यासाठी हो म्हटलं... आणि एवढी जुनी गझल असूनदेखील तुम्ही ती घेत आहात म्हणून कौतुक केलं. असं दिलखुलास मनमोकळं व्यक्तिमत्त्व म्हणजे आपल्या लेखणीने मराठी गझलविश्व समृद्ध करणारे गझलकार, म्हणजेच इलाही जमादार.......

जमादार यांचा जन्म १ मार्च १९४६ रोजी सांगलीतील दुधगाव येथे झाला होता. मात्र, ते पुण्यात वास्तव्यास होते. १९७०च्या आसपास सुरेश भटांनी उर्दू गझलेला मराठीत अढळ स्थान प्राप्त करून दिल्यानंतर मराठी गझलविश्वात इलाही जमादार यांचं नाव घेतलं जातं. इलाही जमादार यांच्या गझला या महाराष्ट्रासोबतच देशभरात प्रसिद्ध आहेत. त्यांच्या काव्यवाचनाच्या कार्यक्रमांनाही प्रेक्षकांची अलोट गर्दी असायची. त्याचबरोबर अकाशवाणी, दूरदर्शनसोबतही त्यांनी काम केलं आहे. 'वाचलेली माणसे गेली कुठे,' 'हे असे बागेवरी उपकार केले', 'अनाथ होईल वेदना जगी माझ्यानंतर' या त्यांच्या काही प्रसिद्ध गझल आहेत. विविध मराठी, हिंदी, उर्दू दैनिकं आणि मासिकांतून त्यांच्या गझला प्रसिद्ध झाल्या आहेत. ते 'गझल क्लिनिक' ही नवोदित मराठी कवींसाठी गझल कार्यशाळा घ्यायचे. त्यांनी अनेक कविसंमेलनं आणि मुशायरे यांत भाग घेतला आहे. त्यांचे महाराष्ट्रातील अनेक शहरांत आणि महाराष्ट्राबाहेरील इंदूरमध्ये स्वतंत्र काव्यवाचनाचे आणि मराठी गझलांच्या संदर्भातील प्रश्नोत्तरांचे जाहीर कार्यक्रम होत असत.

त्यांच्या नावातच 'इलाही' होता! इलाही म्हणजे परमेश्वर; निष्कांचनतेचं दुसरं रूप. ही अशी निष्कांचन कफल्लकता ज्याच्या अंगी भिनली तोच 'घेतला झोळीत माझ्या, मी व्यथेचा जोगवा...' असं 'वेदनेचं संगीत' शब्दबद्ध करू शकतो. इलाही जमादार यांना तर यात प्रावीण्य लाभलं होतं.

वर्तमानात वेगाने बदलणारं संवेदन ते अचूक हेरायचे अन् कोणतेही इझम् न स्वीकारता केवळ त्या संवेदनांचे अंतस्थ धागे गझलेतून उलगडत न्यायचे. म्हणूनच त्यांच्या गझलेत अर्थबोधाचा शोध घेण्याची वेळ कधी वाचकांवर आली नाही. 'मरण्याआधी, नाव सांग त्या, हत्याऱ्याचे.. मी त्यांना, विश्वास म्हणालो, चुकले का हो?'.. इतक्या साध्या अन् तरल शब्दांत ते आजच्या व्यवहारी जगाचं तत्त्वज्ञान मांडायचे. त्यांची ही सोपी शैलीच त्यांच्या गझलेचं बलस्थान! या बळावरच त्यांनी मराठी गझलविश्वाला समृद्ध केलं. 'गझल क्लिनिक' या त्यांच्या अतिशय प्रयोगशील संकल्पनेने अनेक लिहित्या हातांना शब्दांची जाण, भोवतालचं भान दिलं. त्यातून नवीन गझलकारांची चिकित्सक पिढी मराठी साहित्याला मिळाली. सुरेश भट यांनी वाढवलेल्या मराठी गझलेच्या रोपट्याला वटवृक्षात परावर्तित करण्याचं खरं श्रेय अर्थातच इलाही जमादार यांचं आहे. पण हे करीत असताना त्यांनी गझलेची नवीन प्रयोगशील वाट जन्माला घातली. 'ए सनम तू आज मुझ को खूबसुरत साज दे, येऊनी स्वप्नात माझ्या तू मला आवाज दे..' पहिली ओळ उर्दू अन् दुसरी ओळ मराठी, असा गझलेचा अनोखा छंद बांधला. खरेतर इलाहींची मूळ गझल ही 'कधी तरी स्वप्नात तुझ्या मी यावे म्हणतो सखये, फूल गुलाबाचे मी तुजला द्यावे म्हणतो सखये..' अशी, प्रणयाची रंगतदार झालर लपेटून वाचकांपुढे येई, ती वाचताना इलाही प्रेमकवी वाटत; पण हेच इलाही जेव्हा.. 'कितीतरी रात्री माझ्या उपाशीच मेल्या। घास मीलनाचे तुजला भरवता न आले॥' असं जीवनाचं वास्तवदर्शी चित्र मांडत, तेव्हा त्यांच्या गझलेचा खरा 'पिंड' कळे. जखमा अशा सुगंधी, भावनांची वादळे, दोहे इलाहीचे, मुक्तक, अशा आपल्या शब्दसंपदेतून त्यांनी बदलती सामाजिक-सांस्कृतिक मूल्यं आणि त्यातील संघर्षही अधोरेखित केला. त्यांनी अनेक मराठी व उर्दू वृत्तपत्रात कविता व गझल लिहिल्या. आकाशवाणी आणि दूरदर्शनचे मान्यताप्राप्त कवी ठरले आणि प्रसिद्धीच्या दृष्टीनेही शानदार आयुष्य जगले. शेवटच्या दिवसांत मात्र.. 'कसे थोपवू उल्केसम हे कोसळणारे

एकाकीपण..' असे 'एकाकीपणाचे दोहे' लिहायची वेळ त्यांच्यावर आली. पण, म्हणून इलाही कधी खचलेले दिसले नाहीत. उलट 'अनाथ होईल जगी वेदना माझ्यानंतर' अशा शब्दात एकाकीपणातून जन्मलेल्या वेदनेचाच समाचार घेत इलाही त्यांच्या मूळ 'इलाही'च्या विश्वात परतले.

इलाही जमादार यांची ग्रंथसंपदा खूप मोठी आहे. त्यांनी लिहिलेल्या गझलांची वीस पुस्तकं प्रकाशित आहेत. त्यामध्ये जखमा अशा सुगंधी, मला उमगलेली मीरा, समग्र दोहे इलाही, गुफ्तगू, अर्घ्य, चांदणचुरा, रंगपंचमी, निरागस, फुलपाखरू, अभिसारिका, भावनांची वादळे, वाटसरू, सखये, मोगरा, तुझे मौन, ओयासिस, आभास, अनुराग, अनुष्का आणि १५००० दोह्यांचा समावेश असलेले 'दोहे इलाहीचे' भाग एक आणि भाग दोन हे दोन संग्रह त्यांच्या नावे आहेत. सहा पुस्तकं त्यांनी हिंदीतून मराठीत अनुवादित केलेली आहेत. नवोदित मराठी कवींसाठी त्यांनी ठिकठिकाणी गझल कार्यशाळांचं आयोजन केलं होतं. चित्रपट, दूरदर्शनपट आणि मालिकांसाठीही त्यांनी गीतलेखन केलं. षंढयुग, झंजावात, बरखा सातारकर, मृत्युचक्र, सौभाग्यकांक्षिणी, कलम ३०२, सूर्योदय- एक नवी पहाट, या चित्रपटांतील त्यांच्या गीतांना अल्फा गौरव आणि मटाचे उत्कृष्ट गीतकार म्हणून नामांकन मिळालं होतं.

मराठी आणि उर्दू यांचा संगम त्यांच्या गझलांमध्ये पाहायला मिळाला. विविध प्रयोगांमधून त्यांनी गझलविश्वात स्वतःचा मानदंड निर्माण केलं. त्यातच पत्नी आणि मुलाचं निधन डोळ्यांनी पाहिल्याने जीवनातील वास्तवावर बोट ठेवणारी त्यांची संवेदनशील लेखणी दिसून आली. जमादार यांचं पुण्यातील येरवडा भागात अनेक वर्षं वास्तव्य होतं. जमादार यांनी प्रेम, सामाजिक विषय, पर्यावरण अशा अनेक विषयांवर गझल लिहिल्या आणि देशभरात लोकप्रिय केल्या. त्यांचे काव्यवाचनाचे कार्यक्रम रसिकांनी डोक्यावर घेतले. नवोदित कवींसाठी त्यांनी गझल कार्यशाळा घेतल्या. जखमा अशा सुगंधी, भावनांची वादळे, दोहे इलाहीचे, मुक्तक, अनुराग, अनुष्का, अभिसारिका, गुंफण हे त्यांचे

काव्य आणि गझलसंग्रह लोकप्रिय आहेत. इलाहींचा दर्द आज दवा झालाय. दरम्यान, काही वर्षांपूर्वी तोल जाऊन पडल्यामुळे त्यांच्या डोक्याला मार लागला होता. तसंच, त्यांना स्मृतिभ्रंशाचा आजारही जडला होता. त्यांच्यावर पुण्यातील रुग्णालयात उपचारही सुरू होते. वयाच्या ७४ व्या वर्षी ३१ नोव्हेंबर २०२१ रोजी त्यांनी घेतला अखेरचा श्वास घेतला. त्यांच्या जाण्याने गझलविश्वात शोककळा पसरली. इलाही यांच्या जाण्याने गझलविश्वातील एक तारा निखळला, असं म्हटलं तरी वावगं ठरणार नाही. अशा या मनस्वी कलाकाराला मानाचा मुजरा....

◆◆◆

एक उत्तुंग नट, मोठा माणूस .....

मराठी सिनेमांमध्ये तरुण-तडफदार नायक, बेरकी खलनायक आणि चरित्र अभिनेता या तीनही भूमिका समर्थपणे साकारणारे कलावंत म्हणजेच ज्येष्ठ अभिनेते कुलदीप पवार.

कुलदीप पवार

जन्म - १०/०६/१९४९

मृत्यू - २४/०३/२०१४

मुंबईत आल्यानंतर एका कलाकाराला 'एक माती अनेक नाती' या चित्रपटात काम मिळालं; पण पुढे मार्ग सापडत नव्हता. अखेर ते नटश्रेष्ठ प्रभाकर पणशीकर यांच्या संपर्कात आले. पणशीकर त्याचवेळेस 'इथे ओशाळला मृत्यू' या नाटकासाठी 'संभाजी'च्या भूमिकेसाठी कलाकार शोधत होते आणि त्यांना या कलाकारामध्ये 'संभाजी' सापडला. त्यानंतर त्यांना एकामागोमाग एक नाटकं मिळत गेली. मग रुपेरी पडद्यावर त्यांनी आपल्या अभिनयाचा ठसा उमटवला. चित्रपटांत काम केल्यावर ते टीव्हीच्या छोट्या पडद्याकडेही वळले. 'परमवीर' ही त्यांची भूमिकाही रसिकांच्या स्मरणात राहिली. शालेय जीवनापासूनच अभिनयाची आवड असलेला, हट्टाने मायानगरीत आलेला, तिथे खस्ता खात, धक्के सोसत जिद्दीने वाटचाल करणारा, कुणीही गॉडफादर नसताना आणि अनेक मातब्बर अभिनेते अवतीभोवती असताना नाटक-

सिनेमात आपलं स्वतंत्र स्थान निर्माण करणारा अस्सल कलावंत. नाटकाचा पडदा असो, टीव्हीचा पडदा असो किंवा ७० एमएमचा रुपेरी पडदा; सिनेमा ग्रामीण असो किंवा शहरी, भूमिका नायकाची असो वा खलनायकाची... ती त्यांनी अगदी चोख बजावली होती. अशा एकाहून एक सरस चित्रपट व नाटकांत अभिनय केलेले दिग्गज अभिनेते 'परमवीर' म्हणजे अर्थातच कुलदीप पवार.

कुलदीप पवार यांचा जन्म कोल्हापूरचा, व्यक्तिमत्त्व एकदम देखणं व रुबाबदार. त्यांचे वडीलही मराठी चित्रपटांत लहान-मोठ्या भूमिका करत होते. तीच आवड त्यांच्यातही निर्माण झाली. अभिनयातच कारकीर्द करायची हे ठरवून मुंबईला आले. काही काळ संघर्ष केल्यानंतर त्यांना नाटकात अभिनयाची पहिली संधी मिळाली. मग त्यांनी मागे वळून पाहिलं नाही. मराठी नाटक, मालिका आणि चित्रपट तिन्ही माध्यमांतून त्यांनी यशस्वी अभिनय केला. कुठल्याही साच्यात त्यांनी स्वतःला अडकवलं नाही. नायक, खलनायक असो किंवा गंभीर, विनोदी असो किंवा ग्रामीण, शहरी असो सर्व प्रकारच्या, सर्व बाजाच्या भूमिका त्यांनी दमदार व समर्थपणे साकारल्या. 'गोष्ट धमाल नाम्याची', 'बिनकामाचा नवरा', 'वजीर', 'एकापेक्षा एक', 'सर्जा', 'शापित', 'नवरा माझा नवसाचा', 'जावयाची जात' हे त्यांचे गाजलेले चित्रपट; तर 'अश्रूंची झाली फुले', 'वीज म्हणाली धरतीला', 'रखेली', 'पाखरू', 'निष्कलंक', 'पती माझे उचापती' ही त्यांची नाटकं गाजली होती. कुलदीप पवार यांनी चित्रपटसृष्टीत येण्याआधी कष्टाचं जीवन पाहिलं होतं. त्यामुळे महाराष्ट्रातल्या विविधांगी लोकांशी त्यांची नाळ जुळली गेली होती. लोकांच्या आवडीनिवडीविषयी त्यांचा अभ्यास होता. त्यामुळे वैविध्य जपत असतानाच कोणत्या प्रकारच्या भूमिका करायला पाहिजेत याचं एक ज्ञान त्यांच्या ठायी होतं. त्याचा वापर करून पुढे चित्रपट कारकीर्दीत त्यांनी अनेक वेगवेगळ्या भूमिका साकारल्या.

कुलदीप पवार हे मराठी चित्रपट व नाट्य क्षेत्रातलं एक मोठं नाव. हे नाव त्यांच्या व्यक्तिमत्त्वाशी अगदी घट्ट जोडलं गेलं होतं. त्यांचा सेटवरचा वावरही असाच काहीसा असायचा. ते जरी सगळ्यांशी मिळून मिसळून वागत असल, तरी समोरच्याला त्यांचा दराराच वाटत असे. तो दरारा केवळ त्यांच्या

वयाचा, ज्येष्ठतेचा किंवा त्यांच्या व्यक्तिमत्त्वाच नव्हता, तर त्यांनी या चित्रपटसृष्टीत केलेल्या कामाची ती मूक पावतीच होती. ही पावती त्यांना ते जात तिथं तिथं मिळत असे. त्यांच्यासाठी मात्र चेहऱ्यावरची बेफिकिरी तशीच राहत असे. आज कुलदीप पवार या जगात नाहीत, हे सांगूनही खरं वाटणार नाही. मराठी चित्रपटांचा एक काळ त्यांच्याशिवाय पूर्ण होऊच शकत नाही. काही काही अभिनेत्यांचं रूपच असं असतं की, त्यांना कोणताही वेश चढवा, ते त्यात शोभून दिसतात. कुलदीप पवार यांना अशा प्रकारची देहयष्टी लाभली होती. आपल्या या नैसर्गिक गुणाचा त्यांनीही चांगलाच उपयोग करून घेतला. त्यांच्या प्रत्येक भूमिकेत त्यांच्या या देहयष्टीचा मोठा वाटा असायचा. 'इथे ओशाळला मृत्यू' या नाटकासाठी जेव्हा प्रभाकर पणशीकरांनी त्यांची निवड केली, तेव्हा त्यांच्याकडे या दोन महत्त्वाच्या बाबी होत्या - एक ही देहयष्टी व दुसरा ऐतिहासिक नाटकांना आवश्यक असलेला भारदस्त आवाज. मात्र केवळ या दोन गोष्टींमुळेच ते मोठे अभिनेते झाले नाहीत. आपल्या अभिनयशैलीचं वारंवार निरीक्षण करून त्यात काळानुरूप बदल करण्याचा त्यांनी प्रयत्न केला.

ऐतिहासिक नाटकांमधून जरी पदार्पण झालं असलं तरी तो शिक्का आपल्यावर लागू नये याचीही त्यांनी पुरेपूर दक्षता घेतली. त्यामुळे 'इथे ओशाळला मृत्यू' या नाटकानंतर त्यांनी विविधांगी नाटकांचा सपाटा लावला. 'अश्रूंची झाली फुले', 'होनाजी बाळा','वीज म्हणाली धरतीला' अशा नाटकांचे त्यांनी अनेक प्रयोग केले. त्यांच्या मुंबई-पुण्यातल्या प्रयोगांना जितका प्रतिसाद मिळत असे, तितकाच त्यांना दौऱ्यावरही मिळे. त्या काळात नाटकांचे दौरे करतानाही त्यांनी अनेक गोष्टी बारकाईने शिकून घेतल्या. महाराष्ट्रातल्या प्रत्येक प्रांतात आढळणाऱ्या बोलींचं सूक्ष्म रूपही त्यांनी अभ्यासलं, पुढे त्याचा त्यांनी आपल्या चित्रपटातल्या भूमिकांसाठी उपयोग केला. आपण गंभीर भूमिकांच्या चौकटीत बंदिस्त होतोय की काय, असं वाटल्यावर त्यांनी तातडीने विनोदी नाटकांकडे आपला मोर्चा वळवला. 'पती माझे उचापती' या नाटकातली त्यांची विनोदी भूमिकाही लोकांना भावली, आवडली. त्यांच्या या विविधांगी भूमिकांची कीर्ती तत्कालीन चित्रपटसृष्टीपर्यंत गेली नसती तरच नवल. त्यातून

त्यांना मग चित्रपटांच्या ऑफर्स यायला लागल्या.

अनंत माने यांच्या 'दरोडेखोर' या चित्रपटात त्यांनी साकारलेली भूमिका महाराष्ट्रातल्या व खासकरून ग्रामीण प्रेक्षकांना भावली. त्यांचं ते रांगडं रूप व कोणताही वेश धारण करण्याची त्यांची क्षमता या जोरावर त्यांनी ही भूमिका अक्षरश: लोकांच्या मनात उतरवली. 'अरे संसार संसार' या चित्रपटातला शेतकरी त्यांनी इतक्या शक्तिनिशी उभा केला की, त्यांच्या अभिनयाकडे परीक्षकांचंही लक्ष वेधलं गेलं. कुलदीप पवार यांना केवळ नशिबाने यश मिळालेलं नसून, ते त्यांच्या मेहनतीचं फळ आहे याची साक्ष महाराष्ट्राला मिळाली. नायक म्हणून प्रस्थापित होत असतानाच त्यांनी 'शापित' या चित्रपटातला खलनायकही अगदी लिलया रंगवला. त्यांच्या काही खास लकबी व त्यांची संवादफेकीची अनोखी शैली याने मराठी चित्रपटांतल्या खलनायकालाही एक वेगळं परिमाण लाभलं. पुढे त्यांनी अनेक वेगवेगळी पात्रं रंगवली. प्रत्येक भूमिकेला एक खास लकब व बोलण्याची एक खास शैली देण्याची त्यांची हातोटी चांगलीच लोकप्रिय झाली. मराठी प्रेक्षकांचा विचार करून मग त्यांनी मोठ्या प्रमाणावर ग्रामीण भागात चालणारे चित्रपट केले. त्यांच्या 'जावयाची जात', 'बिनकामाचा नवरा', 'नवरे सगळे गाढव', 'गुपचूप गुपचूप', 'खरा वारसदार' अशा एकापाठोपाठ एक चित्रपटांची फळीच निर्माण झाली. त्यातही विनोदी, गंभीर, सामाजिक, शहरी, खलनायकी अशा प्रकारच्या

अनेक भूमिका त्यांनी केल्या.

आपल्या कारकीर्दीत ते चरित्रभूमिकांमध्येही काहीसे लवकर आले, त्यातही त्यांनी आपलं वेगळेपण जपलं. चित्रपट व खासकरून अभिनयकलेवर निस्सीम प्रेम असलेले कुलदीप पवार हे सतत काळाचा वेध घेत असत. दूरदर्शनच्या आगमनानंतर त्यांनी आपला मोर्चा छोट्या पडद्याकडे वळवला. आपण चित्रपटातले मोठे कलाकार आहोत, त्यामुळे आपण कशाला टीव्हीवर काम करायचं, असा अभिनिवेश त्यांनी बाळगला नाही. 'परमवीर' ही मालिका त्या काळात तुफान गाजली. ही मालिका केवळ पोलिसी चातुर्यकथा एवढ्यापुरती मर्यादित न राहता ती त्यांच्या विविधांगी अभिनयाचा एक मास्टरपिस बनली. याच काळात त्यांनी आपलं लक्ष शहरी चित्रपटांकडे वळवलं होतं. खासगी वाहिन्यांच्या काळातही आपली ही दादागिरी त्यांनी कायम ठेवली. साखर कारखान्यांच्या राजकारणावर आधारित 'दौलत' नावाची मालिका त्यांनी स्वीकारली. त्या मालिकेतली त्यांची 'दादासाहेब' ही व्यक्तिरेखा विलक्षण गाजली. आपल्या मोठ्या कुटुंबाचा व त्याचबरोबर कारखान्याच्या राजकारणात सक्रिय असलेल्या एका पोक्त व्यक्तीची भूमिका त्यांनी अगदी बारकाव्यांनिशी रंगवली होती. ही भूमिका त्यांच्या त्या काळापर्यंतच्या अभिनयाचा परिपाक होता, असं म्हणायला हरकत नाही.

कुलदीप पवार यांनी अभिनय केलेल्या चित्रपटांतील गाणीदेखील अप्रतिम होती. 'जावयाची जात' या चित्रपटातील 'आज उन्हात चांदणं पडलंय गं' हे एक थोडं लोभस, नायिकेची थोडीशी छेडछाड करणारं ग्रामीण बाजाचं झक्कास गीत. ग्रामीण पेहरावात देखणे कुलदीप पवार व नऊवारी साडीत सौंदर्यवती पद्मा चव्हाण, मग गाण्याला रंग न चढता तर नवलच. कोल्हापूरचा जन्म असल्यामुळे कुलदीपजींनी गाण्यात ट्रॅक्टर अगदी सफाईने नि आरामात चालवला आहे. आपल्या मस्त नृत्याचीपण दखल त्यांनी प्रेक्षकांना घ्यायला लावलीय. एकंदरीत गाण्याचा माहौल भारीच झाला होता. 'काळ्या मातीत मातीत' हे 'अरे संसार संसार' या चित्रपटातील गाणं खूपच गाजलं. नांगर चालवणारा त्यांचा शेतकरी कोण विसरेल! सोबत नायिका म्हणून रंजना, या

दोघांची जोडी छानच दिसायची. गाणंही सुरेख नि त्याचं चित्रीकरणही एकदम साजेसे. जोपर्यंत शेती आहे, शेतकरी आहे, तोपर्यंत हे गाणं कधीही विस्मरणात जाणार नाही, पर्यायाने कुलदीप पवारही. 'राजा ललकारी' हे याच चित्रपटातील गोड नि सुरेल गीत. नांगरणी झाली आहे, पिकं डौलाने उभी आहेत. मेहनतीचं फळ आता मिळाल्यात जमा आहे अन् त्यामुळे फेटा घातलेले रुबाबदार कुलदीप पवार नि लोभस रंजना यांच्या चेहऱ्यावर समाधानपूर्तीचं तेज आहे. या गाण्यात दोघेही एकदम छान व देखणे दिसले आहेत. उत्तम अभिनयाने या जोडीने दोन्ही गाण्यांना छानच न्याय दिला आहे. 'पाहिले न मी तुला' हे 'गुपचूप गुपचूप' चित्रपटातील एक तुफान गाजलेलं गीत. या गाण्याने तरुणाईची मनं जिंकून घेतली नि त्या काळात कुलदीप पवार तरुणाईचे लाडके अभिनेता झाले होते. आजही ते गाणं तितकंच लोकप्रिय आहे. त्यांचा एका कानात हेडफोन घातलेला चेहरा जबरदस्त लोकप्रिय झाला होता. काहींना पडद्यावरची रंजना आवडली अन् काही जणांना त्यांच्या आयुष्यातील रंजना आठवली. पण हे मात्र नक्की की, मराठी रोमँटिक गाण्यांच्या यादीत पहिल्या पाचमध्ये हे गाणं निर्विवादपणे आहे. या गाण्याचे गीतकार मधुसूदन कालेलकर, संगीतकार अनिल-अरुण नि गायक सुरेश वाडकर होते. कुलदीप पवारांना सुरेश वाडकरांचा आवाज अगदी अचूक शोभत होता, हे दोघे एकत्र म्हणजे यशाची हमीच होती. 'झुंजुरमुंजुर' हे 'बिनकामाचा नवरा' या चित्रपटातील एक पावसाळी, मनाला ओलंचिंब करणारं गीत. हे गाणं तसं पाहिलं तर मधु कांबीकर यांचं. ती आपल्या सजणाची वाट पाहतेय. त्यामुळे कुलदीप पवार फार थोडा वेळ गाण्यात दिसतात. पण जेव्हा दिसतात, तेव्हा एकदम रुबाबदार नि देखणे दिसतात. 'रिमझिम गिरे सावन'च्या तोडीचं हे मराठीतील भिजणारं गीत आहे. 'झुंजुरमुंजुर' या शब्दांचा नादही ऐकायला छान वाटतो.

कुलदीप पवार यांची अभिनयाची कारकीर्द एकूण ३६ वर्षांची. एक उत्तुंग नट, मोठा माणूस असलेल्या कुलदीप पवार यांना लहानपणापासूनच अभिनयाची आवड होती, त्यासाठी ते कोल्हापूर सोडून मुंबईत आले. मात्र हा प्रवास त्यांच्यासाठी सोपा नव्हता. कऱ्हाड, पुणे, असे मुक्काम गाठत त्यांनी मुंबई

गाठली. मराठी चित्रपटसृष्टीत आपल्या हरहुन्नरी अभिनयाने अभिनेता, खलनायक आणि विनोदी अशा वैविध्यपूर्ण त्रिसूत्री भूमिका उत्कृष्टरीत्या वठवणारे ज्येष्ठ अभिनेते कुलदीप पवार हे भन्नाट व्यक्तिमत्त्व होतं. आपल्या अभिनयाच्या जोरावर रसिकांच्या मनात वेगळं स्थान त्यांनी निर्माण केलं. कुलदीप पवार हे शेवटपर्यंत कार्यरत राहिले. आपल्या कामाविषयीची निष्ठा त्यांनी जपली. त्यांच्या आजारपणाचाही त्यांनी कधी बाऊ केला नाही. सतत नव्या आव्हानांना सामोरं जाणारा हा अवलिया त्याच निधड्या छातीने २४ मार्च २०१४ रोजी मृत्यूलाही सामोरा गेला. अशा दिग्गज अभिनेत्यास विनम्र अभिवादन.

◆◆◆

समाजभान जपणारा अभिनेता

'दुनियाने उन्हे खलनायक का नाम दिया, लेकिन उन्होंने भी बहोतकुछ नेक काम किया' असं अभिनयाबरोबरच सामाजिक भान जपणारं व्यक्तिमत्त्व म्हणजे सर्वांचे लाडके तात्या ऊर्फ सदाशिव अमरापूरकर....

सदाशिव अमरापूरकर

जन्म - ११/०५/१९५०

मृत्यू - ०३/११/२०१४

अहमदनगरच्या भाऊसाहेब फिरोदिया शाळेत २००४ मध्ये एक कार्यक्रम होता. या कार्यक्रमामध्ये दहावीच्या परीक्षेत विशेष प्रावीण्य मिळवणाऱ्या विद्यार्थ्यांचा विशेष सत्कार सोहळा आयोजित करण्यात आला होता. या कार्यक्रमास अनेक दिग्गज मान्यवर उपस्थित राहणार होते. माझा सत्कार असल्याने मी हवेत होतो. पण तिथे गेल्यावर त्या व्यक्तीने मला प्रभावित केलं आणि त्यांचं भाषण ऐकून मी जमिनीवर आलो. त्या वेळी भरकटलेल्या माझ्या आयुष्याच्या कलेची दिशा त्यांच्यामुळे सुरळीत झाली. त्या व्यक्तीच्या भाषणाने किंवा विचारांनी माझ्यावर मनोमन संस्कार केले. खरंतर 'दुनियाने उन्हे खलनायक का नाम दिया, लेकिन उन्होंने भी बहोतकुछ नेक काम किया'

असे स्वत: एक संवेदनशील कलाकार असण्यासोबतच, समाजाप्रती आस्था असलेले जागरूक नागरिक, भारदस्त खलनायक म्हणजे सर्वांचे लाडके 'तात्या' ऊर्फ सदाशिव अमरापूरकर.

अमरापूरकर यांचा जन्म ११ मे १९५० रोजी अहमदनगर येथे झाला. त्यांचं मूळ नाव गणेशकुमार नरवाडे. नाटकांतील भूमिकांसाठी त्यांनी सदाशिव अमरापूरकर हे नाव घेतलं. त्यांच्या आयुष्याचा फार मोठा भाग ग्रामीण जीवनानं व्यापला होता. जन्मगाव (नगर जिल्ह्यातील) शेवगाव तालुक्यातील अमरापूर (ज्यावरून त्यांचं नाव अमरापूरकर पडलं), धोरजळ आणि देवाची आळंदी या तीन ठिकाणी त्यांचं बालपण गेलं. अमरापूरकर यांचा जन्म ब्राह्मण कुटुंबातला. त्यांचे वडील दत्तात्रेय हे अहमदनगरमधील एक मोठी हस्ती होते. सदाशिव अमरापूरकर यांना कुटुंबीय, मित्र आणि नातेवाईक 'तात्या' या टोपणनावाने संबोधायचे. काहीतरी करत रहायचं, असा मुळातच कार्यकर्त्याचा स्वभाव असलेल्या अमरापूरकर यांचा शालेय जीवनापासूनच मोठा मित्रपरिवार होता. त्यांचे वडील शेती करायचे. शेत नांगरणं, मोट चालवणं, बैलांना चारा घालणं, गाईचं दूध काढणं, जत्रेत बैल पळवणं या सगळ्या गोष्टी अमरापूरकरांनी लहानपणी केल्या. त्यांच्याकडे १०० शेळ्या होत्या. रोज त्यांना चरायला घेऊन जाण्याचं काम अमरापूरकर करत. शेत नांगरणं, शेतात खत टाकणं ही कामंही ते करत. त्यांची एक आत्या आळंदीला राहायची, आषाढी-कार्तिकीला पंढरपूरला वारीबरोबर पायी चालत जायची. अमरापूरकर तिच्यासोबत तीन-चार वेळा आळंदी ते पंढरपूर असे पायी चालत गेले. आळंदीला संतसाहित्याचे ज्येष्ठ अभ्यासक 'सोनोपंत दांडेकर' राहत. ते वारकरी संस्थेचे अध्यक्ष होते. ते कथा निरूपण, प्रवचन करत, शिकवत. टाळ कसे वाजवायचे, कीर्तनाला उभं कसं राहायचं, कशी सुरुवात करायची, या गोष्टी अमरापूरकर त्यांच्याकडून शिकले.

अमरापूरकर यांना वाचनाची गोडी लागली ती त्यांच्या आजोळला, आष्टीला. त्यांना गोष्टी ऐकायला आवडायचं. मीना नावाची बहीण त्यांना पुस्तकातल्या गोष्टी वाचून दाखवायची. तिच्या मांडीवर डोकं ठेवून गोष्ट

ऐकण्याचा त्यांना छंदच लागला होता. तिथं त्यांनी पहिलं पुस्तक ऐकलं ते 'शामची आई'. साने गुरुजींच्या पुस्तकांनी त्यांना वाचनाची गोडी लावली, ती शेवटपर्यंत कायम होती. त्यांच्याकडे पाच ते सहा हजार पुस्तकं होती. ते रोज किमान तीन तास वाचन करत. मराठी-इंग्रजीतील नवनव्या पुस्तकांबाबतचं त्यांचं वाचन अतिशय अद्ययावत म्हणावं असं होतं. नगरलाच अहमदनगर एज्युकेशन सोसायटी नावाची न्या. रानडे यांनी बांधलेली शाळा आहे. अमरापूरकर तिचे विद्यार्थी. शालेय वयात ते अत्यंत हूड विद्यार्थी होते, पण क्रिकेट चांगलं खेळायचे. पुढे महाविद्यालयात गेल्यावर क्रिकेट सुटलं आणि नाटक सुरू झालं. त्या दोन-चार वर्षांत मुंबईची प्रचंड नाटकं नगरला आली. त्या काळी मुलांना आठ आणे तिकीट होतं. अमरापूरकर प्रत्येक नाटक पाहायचे. त्या काळात त्यांनी प्रचंड नाटकं पाहिली.

महाविद्यालयीन शिक्षणासाठी ते नगर महाविद्यालयात गेले. भालचंद्र नेमाडे, मधुकर तोरडमल हे प्राध्यापक त्यांना शिकवायचे. त्या दरम्यान त्यांच्या मित्राने एकांकिका करायला सुरुवात केली होती. त्यात अमरापूरकरांना नोकराचं काम मिळालं; पण आयत्या वेळेला हिरोचं काम करणारा मुलगा निघून गेला आणि ती भूमिका त्यांच्याकडे आली. त्या एकांकिकेला आणि अमरापूरकरांना उत्तेजनार्थ दहा रुपयांचं बक्षीस मिळालं. ती - 'पेटलेली अमावास्या' - त्यांची पहिली एकांकिका. त्यानंतर त्यांनी व्यावसायिक रंगभूमीवर 'छिन्न', 'हँडसअप', 'काही स्वप्नं विकायचीयत', 'हवा अंधारा कवडसा', 'ज्याचा त्याचा विठोबा' अशा विविध नाटकांत काम केलं. अमरापूरकर यांचे वडील महानगरपालिकेत नगरसेवक म्हणून काँग्रेसकडून निवडून गेलेले, शिवाय वडील एक अनाथ संस्था चालवत, शेतकी शाळा चालवत. मुलाने शिकून नोकरी करावी, अशी त्यांच्या वडिलांची इच्छा होती. नगरमध्येच त्यांचं शालेय आणि कॉलेजचं शिक्षण झालं. कॉलेजमध्ये असतानाच त्यांना अभिनयाची गोडी लागली. पुढे पुणे विद्यापीठातून इतिहास विषयात 'एमए' पूर्ण केल्यानंतर ते रंगभूमीकडे ओढले गेले. १९७३ मध्ये त्यांनी आपली शाळेपासूनची मैत्रीण सुनंदा करमरकर यांच्याशी विवाह केला.

सुरुवातीला आपला मुलगा नाटक करतोय म्हटल्यावर वडिलांनी उत्तेजन दिलं; पण लग्न होऊन दोन मुलं झाली तरी अमरापूरकर नाटकच करत आहेत हे पाहिल्यावर मात्र त्यांनी विरोध करायला सुरुवात केली. वडील अमरापूरकरांना 'नाच्या' म्हणत, तरीही वडिलांचा विरोध पत्करत त्यांनी नाटक करणं सुरूच ठेवलं. या काळात त्यांच्या पत्नी सुनंदा यांनी त्यांना खूपच खंबीरपणे साथ दिली. पदवीधर झाल्यावर अमरापूरकरांनी परभणीला 'ऑल इंडिया रेडिओ'वर उद्घोषक म्हणून नोकरीही करायला सुरुवात केली, पण ते वातावरण त्यांना मानवलं नाही. शिवाय आणीबाणीचा काळ, त्या वातावरणातील मुस्कटदाबीला कंटाळून त्या नोकरीचा त्यांनी सहा महिन्यांत राजीनामा दिला. नंतर ते नोकरीसाठी जातो आहे, असं सांगून पुण्याला नाटक करायला आले, तेव्हा घरची आघाडी सांभाळून सुनंदाताईंनी त्यांना प्रोत्साहन देण्याचं, त्यांची उमेद वाढवण्याचं मोठं काम केलं.

'अर्धसत्य'मुळे अमरापूरकरांच्या जीवनात मोठा बदल झाला. मराठीतील शैलीदार कथालेखक श्री. दा. पानवलकर यांच्या 'सूर्य' या कथेवर गोविंद निहलानी यांनी विजय तेंडुलकर यांच्याकडून कथा-पटकथा लिहून घेऊन 'अर्धसत्य' हा चित्रपट १९८४ मध्ये केला. त्यात 'रामा शेट्टी' ची छोटीशी भूमिका अमरापूरकर यांनी केली; पण त्यांच्या या छोट्या भूमिकेने प्रचंड लोकप्रियता मिळवली. त्या संदर्भातील दोन किस्से रंजक आहेत. या चित्रपटाचं

शूटिंग संपल्यावर अमरापूरकर गावी नगरला गेले. त्यांच्या मोठ्या भावाला बाहेरगावी जायचं असल्याने वडिलांनी त्यांना तोपर्यंत किराणा मालाचं दुकान सांभाळायला सांगितलं. दरम्यान, 'अर्धसत्य'च्या प्रीमिअरची तारीख जवळ आली. अमरापूरकरांनी त्याबाबत वडिलांना सांगितल्यावर ते म्हणाले, "तो मुंबईत आहे ना, तू दुकान सांभाळ." त्यानंतर आठ-दहा दिवसांनी अमरापूरकर नगरहून एसटीने निघून पहाटे दादर बस स्टॅण्डला उतरले. तोवर 'अर्धसत्य'मधील रामा शेट्टी मुंबईत सर्वांना माहीत झाला होता. त्यामुळे त्यांना पाहताच टॅक्सीवाल्यांनी त्यांच्याभोवती गलका केला. एकाने बळजबरीने त्यांना टॅक्सीत बसवून त्यांच्याकडून पैसेही न घेता त्यांना घरी सोडलं. 'अर्धसत्य'च्या कथेचे मूळ लेखक श्री. दा. पानवलकर यांनी या चित्रपटाविषयी 'शूटिंग' (१९८५) या नावाने एक पुस्तक लिहिलं आहे. त्यात त्यांनी ओम पुरी आणि अमरापूरकर यांच्या समोरासमोरच्या दृश्याविषयी लिहिलं आहे – 'इथं सदाशिव अमरापूरकरांचा रामा शेट्टी फार समजदारीने संवादांतील सम खटकन पकडतो. हे सगळं दृश्य सदाशिव अमरापूरकर यांनी विनासायास अभिनयाने झक्कास तोलून धरलं. फिल्मी दुनियेत हे त्यांचं पदार्पण; पण 'वामना'च्या पहिल्या पावलासारखं नेमकं आणि भक्कम.'

त्या एवढ्याशा भूमिकेवरून अमरापूरकरांना १८० चित्रपटांच्या ऑफर आल्या. त्यांची तुलना अमरीश पुरीशी केली गेली. त्यानंतर आजतागायत त्यांनी ४५० हून अधिक हिंदी चित्रपटांत आणि ७०-८० मराठी चित्रपटांत भूमिका केल्या. याशिवाय भोजपुरी, गुजराती, बंगाली, उडिया अशा अनेक चित्रपटांमध्ये काम केलं. अमरापूरकरांनी अमान जलाल यांच्या मालिकेत लोकमान्य टिळकांची छोटीशी भूमिका करून रुपेरी कारकीर्द सुरू केली, तर 'राज से स्वराज तक' या मालिकेत टिळकांची मोठी भूमिका केली. श्याम बेनेगल यांच्या 'डिस्कव्हरी ऑफ इंडिया'तील म. फुले आणि 'सडक', 'हुकुमत', 'ऐलान-ए-जंग' या चित्रपटांतील खलनायकाच्या भूमिका त्यांना स्वत:लाही आवडलेल्या होत्या, तर मराठीतील सुमित्रा भावे यांच्या 'वास्तुपुरुष'मधील भूमिका त्यांना सर्वांत आव्हानात्मक वाटली होती. १९९१ मध्ये 'सडक' या चित्रपटात अमरापूरकर यांनी साकारलेली 'महाराणी'ची

भूमिका दाद मिळवून गेली. या भूमिकेसाठीही अमरापूरकर यांना फिल्मफेअर पुरस्कार मिळाला. त्यानंतर १९९३ मध्येही अमरापूरकर यांनी उत्कृष्ठ खलनायकाचा मान पटकावत पुन्हा फिल्मफेअर पुरस्कार जिंकला. विशेष म्हणजे 'उत्कृष्ट खलनायक' या कॅटेगरीतला तो पहिलावहिला पुरस्कार होता.

'अर्ध सत्य'नंतर 'पुराना मंदिर, नासूर, मुद्दत, विरू दादा, जवानी आणि फरिश्ते' या चित्रपटांमध्ये अमरापूरकर यांनी छोट्या छोट्या भूमिका केल्या. १९८७ मध्ये धर्मेंद्रच्या 'हुकुमत'मध्ये खलनायकाची मुख्य भूमिका अमरापूरकर यांना मिळाली. या संधीचं खऱ्या अर्थाने अमरापूरकर यांनी सोनं केलं. हा चित्रपट ब्लॉकबस्टर ठरला. मिस्टर इंडिया त्यावेळीच झळकला होता, त्यालाही 'हुकुमत'ने मागे टाकलं. धर्मेंद्र अमरापूरकर यांच्यासाठी 'लकी' ठरला होता. मग ही जोडी जमली. त्यानंतर अनेक चित्रपटांत धर्मेंद्र नायक आणि अमरापूरकर खलनायक अशी जोडी दिसली. पुढे अमिताभ बच्चन असो, की गोविंदा आणि आमिर खानपर्यंत सगळ्या नामवंतांबरोबर त्यांनी काम केलं. १९९० च्या दशकात सुरुवातीच्या काही वर्षांनंतर अमरापूरकर यांनी विनोदी भूमिकांकडे आपला मोर्चा वळवला. 'आँखे, इश्क, कुली नं. १, गुप्त, आँटी नं. १, जय हिंद' या चित्रपटांमध्ये विनोदी आणि सहकलाकाराच्या भूमिकेत ते दिसले. १९९६ मध्ये 'छोटे सरकार' चित्रपटात त्यांनी डॉ. खन्नांची भूमिका साकारली. पुढे २००० नंतर अमरापूरकर हे हिंदी चित्रपटांमध्ये फारसे दिसले नाहीत.

बॉलिवूडमधील कलाकार अशी ओळख असलेल्या अमरापूरकर यांची ओळख 'सेलिब्रिटी कलाकार ते सामाजिक कार्यकर्ता' अशी होती. विशेष म्हणजे, अभिनयाबरोबरच सामाजिक भानही त्यांनी अखेरच्या श्वासापर्यंत जपलं. जिथे अन्याय दिसेल तिथे आवाज उठवायचा, असा त्यांचा खाक्या होत्या. त्यामुळेच होळीदरम्यान रेन डान्ससाठी पाण्याची उधळपट्टी करणाऱ्या हुल्लडबाजांविरोधातही त्यांनी आवाज उठवला होता. अमरापूरकर यांच्यावर हात उचलण्यापर्यंत या हुल्लडबाजांची मजल गेली; पण त्याला त्यांनी भीक घातली नाही. सदाशिव अमरापूरकर यांचं ३ नोव्हेंबर २०१४ रोजी निधन झालं. शेवटच्या श्वासापर्यंत लढा देणाऱ्या अशा या महान कलावंताला मानाचा मुजरा.

◆◆◆

वास्तव ज्वलंत वादळ........

विनय आपटे

जन्म - १७/०६/१९५१

मृत्यू - ०७/१२/२०१३

निर्माता, दिग्दर्शक, अभिनेता अशा विविध भूमिकांतून आपल्या कामाचा आणि अभिनयाचा स्वतंत्र ठसा उमटविणारे म्हणजेच चतुरस्र रंगकर्मी विनय आपटे........

मराठीच नव्हे तर हिंदी सिनेमांतही त्यांनी केलेल्या भूमिकांमध्ये त्यांच्या अभिनयाचा सकस पोत होता. 'सत्याग्रह', 'एक चालीस की लास्ट लोकल', 'आरक्षण', 'इट्स ब्रेकिंग न्यूज', 'प्रणाली' ही त्याची काही उदाहरणं. नाटक व सिनेमामधील दिग्दर्शनाइतकाच त्यांच्या कामाचा पैस सीमित नव्हता, तर 'ॲडिक्ट'सारख्या जाहिरात संस्थेच्या माध्यमातूनही त्यांनी अनेक नावाजलेल्या जाहिरातींचं दिग्दर्शन केलं. तंत्रज्ञानामध्ये वेगाने होत असणारे बदल रंगकर्मींना कळायला हवेत, यासाठी ते कायम आग्रही राहत. अ. भा. मराठी नाट्य परिषदेच्या कार्यवाहपदाचा कारभारही त्यांनी दीर्घकाळ पाहिला. नव्याने या क्षेत्रात येणाऱ्या मुलांना अमाप उमेद आणि प्रोत्साहन देण्यात ते तप्तर असत. त्यांच्या व्यक्तिमत्त्वामध्ये त्यांचा पहाडी आवाज हे वैशिष्ट्य. दृकश्राव्य माध्यमांमध्ये स्वतःची जागा तयार करीत असताना त्यांनी आवाजाच्या या

गुणवैशिष्ट्यांचाही नेमका वापर केला. आपल्या तत्त्वांसाठी आग्रही असणारे, त्यांना गुरुस्थानी मानणारे त्यांचे अनेक शिष्य केवळ चित्रसृष्टीतच नव्हे, तर निरनिराळ्या क्षेत्रांत विखुरलेले आहेत. कोणतीही भूमिका साकारताना एका वेगळ्याच स्टायलीत संवादफेक ही त्यांच्या अभिनयाची विशेष बाब होती. त्यांच्या आवाजात भारदस्तपणा होता. १९८४ च्या आशियाई गेम्सचं त्यांनी वृत्तांकन केलं, तर 'गांधी' चित्रपटात महत्त्वाची भूमिका साकारली आहे. प्रसिद्ध नाटककार विजय तेंडुलकरांचं नाटक म्हणजे एखाद्या रंगकर्मीसाठी नाटकाची कार्यशाळाच. तेंडुलकरांचे संवाद, त्यातले छुपे स्तर अचूक पकडणं हे दिग्दर्शकीय दृष्टीनेही मोठं आव्हान. पण एका तरुण नाटकवेड्याने हे आव्हान नुसतं स्वीकारलंच नाही, तर आपल्या दमदार आवाजावर आणि दिग्दर्शनातील हुकुमतीवर एका सुंदर नाटकाचं सोनं केलं. नाटक होतं 'मित्राची गोष्ट' आणि तो अभिनेता - दिग्दर्शक होता विनय आपटे..... शब्दफेक, आवाज आणि अभिनय या त्रिसूत्रीच्या जोरावर विनय आपटेंनी या नाटकातला तरल आशय प्रेक्षकांपर्यंत पोहोचवला आणि आपल्या चतुरस्र प्रतिभेची चुणूक दाखवून दिली. रंगभूमी, टीव्ही आणि चित्रपट या तिन्ही क्षेत्रांत समर्थपणे वावरलेलं एक ज्वलंत वादळ म्हणजेच विनय आपटे....

१७ जून १९५१ या दिवशी जन्म घेतलेल्या या वादळाने आपल्या चाळीस वर्षांच्या कारकीर्दीत स्वतःचं ध्रुवपद स्वतःच्या हिमतीवर मिळवलं आणि आजन्म सांभाळलं. विद्यार्थिदशेतच राज्य नाट्य स्पर्धेच्या 'मॅन विदाऊट शॅडो' या नाटकातून रंगभूमीवर पदार्पण करणारा हा हरहुन्नरी कलाकार त्या नाटकाच्या नावाप्रमाणेच कोणत्याही सावलीचा आधार न घेता स्वच्छंदपणे रंगभूमीवर रुजला, बागडला आणि बहरला. अभिनेता, दिग्दर्शक, पुढे 'गणरंग' संस्थेच्या माध्यमातून नाट्यनिर्माता आणि टेलिव्हिजनच्या प्रांगणातला एक सतत नावीन्याचा ध्यास घेतलेला सृजनशील कलावंत, अशा विविध ओळखींमधून विनय आपटे हे नाव गाजत राहिलं. या नाटकासाठी त्यांना सर्वोत्कृष्ट अभिनयाचं पारितोषिक मिळालं. त्यानंतर त्यांनी लागोपाठ तीन वर्षं राज्य नाट्य स्पर्धेत दिग्दर्शनाचं पारितोषिक मिळवून हॅट्ट्रिक केली. 'थिएटर

ऑफ अव्हेलिबिलिटी' आणि नंतर 'बहिष्कृत' या एकांकिकांमध्ये समूहाचा नेपथ्य म्हणून वापर करून त्यांनी आगळा प्रयोग केला. विनय आपटे यांची कारकीर्द मुंबई दूरदर्शनवर निर्माता म्हणून सुरू झाली. नाटक, गजरा, युवावाणी अशा अनेक दर्जेदार कार्यक्रमांची निर्मिती त्यांनी केली होती. छबिलदासच्या प्रायोगिक नाटकांतूनही सुरुवातीला त्यांनी अभिनय केला होता. भारदस्त आवाजाची देणगी लाभलेल्या आपटे यांनी विविध माहितीपट, जाहिराती यांनाही आपला आवाज दिला होता, तसंच अनेक कार्यक्रमांचं सूत्रसंचालनही त्यांनी केलं होतं. महेश मांजरेकर, श्रीरंग गोडबोले, सुनील बर्वे, सचिन खेडेकर, अतुल परचुरे, सुकन्या कुलकर्णी यांना व्यावसायिक नाटकांत व दूरदर्शन मालिकांमध्ये आपटे यांनी प्रथम संधी दिली होती. 'मी नथुराम बोलतोय' या बहुचर्चित आणि गाजलेल्या नाटकाचं दिग्दर्शन त्यांनी केलं होतं. विजय तेंडुलकर यांच्या 'मित्राची गोष्ट', 'अँटिगणी' या प्रायोगिक नाटकांतूनही त्यांनी अभिनय केला होता. 'झी मराठी' वाहिनीवरून प्रसारित झालेल्या 'एका लग्नाची दुसरी गोष्ट' या लोकप्रिय मालिकेत त्यांची भूमिका होती. 'स्टार प्रवाह' वाहिनीवरील 'दुर्वा'ही त्यांची शेवटची मालिका ठरली. नाटककार प्र. ल. मयेकर यांच्याबरोबर त्यांची चांगली जोडी जमली होती. 'गणरंग' ही व्यावसायिक नाटकांची निर्मिती करणारी संस्थाही त्यांनी स्थापन केली होती. अखिल मराठी

नाट्य परिषदेचे उपाध्यक्ष म्हणूनही त्यांनी काम पाहिलं होतं. गंगाराम गवाणकर यांच्या 'करायचं ते दणक्यात' या चित्रपटाचं दिग्दर्शनही त्यांनी केलं होतं.

भारदस्त आवाज, थेट भिडणारी नजर, सहज अभिनय ही विनय आपटे यांची ओळख. रंगभूमी, मालिका, चित्रपटांत वावरणाऱ्यांच्या 'आपटे स्कूल'चे प्रणेते म्हणजे विनय आपटे. अभिनय, दिग्दर्शन आणि निर्मिती या तिन्ही क्षेत्रांची उत्तम जाण असलेल्या विनय आपटे यांची सुरुवात झाली ती सत्तरच्या दशकात कॉलेजच्या रंगभूमीवर. पुंडलिक शेट्टीवार, कुल वृत्तांत, अपुरी या त्यांच्या एकांकिका गाजल्या. १९७२ मध्ये त्यांचं दूरदर्शनच्या पडद्यावर आगमन झालं आणि रसिकमान्यतेची शाबासकी मिळवली. 'गजरा'ची संकल्पना हिट झाली, त्याला प्रचंड प्रतिसाद मिळाला; पण त्याहीपेक्षा गाजल्या त्या त्यांच्या लघुनाटिका. सुरुवातीला 'भूमिका' आणि कालांतराने 'गणरंग' या नाट्यसंस्था त्यांनी उभ्या केल्या. नाट्यकर्मी हे बिरुद खऱ्या अर्थाने सार्थ केलं. मित्राची गोष्ट, घनदाट, सवाल अंधाराचा, कुसुम मनोहर लेले, मी नथुराम गोडसे बोलतोय.. अशी एकापेक्षा एक नाटकं त्यांनी केली. पार्ल्यातील त्यांच्या 'गॉसिप ग्रुप'ने अनेक प्रायोगिक नाटकं केली. 'आभाळमाया' या मालिकेने मराठीत महामालिकांचा सिलसिला सुरू झाला. त्यांच्या प्रत्येक कलाकृतीत जाणवायचा तो स्पेशल 'आपटे' टच. कलाकर्मीने कोणतीही भूमिका अत्यंत समरसून कशी करायला हवी, याचा उत्तम वस्तुपाठ म्हणजे त्यांनी केलेल्या भूमिका. स्वतः दिग्दर्शनामध्ये आत्यंतिक रस असूनही अरुण नलावडे या सहकारी मित्राने दिग्दर्शित केलेल्या 'रानभूल' नाटकात त्यांनी अप्रतिम अभिनय साकारला. एकांकिका, प्रायोगिक, हौशी, व्यावसायिक अशा सर्वच रंगभूमीवर काम केलेल्या आपटे यांनी मालिका आणि चित्रपटांमध्येही वेगळेपणा कायम राखला.

आवाजाची निसर्गदत्त देणगी, अत्यंत उठावदार व्यक्तिमत्त्व, अभिनयाची थक्क करायला लावणारी झेप आणि दिग्दर्शनातील अजोड प्रतिभा यांतून मराठी मनोरंजन क्षेत्रात विनय आपटे नावाचा झंझावात जवळजवळ चार दशकं फिरत होता..... तेंडुलकरांपासून ते आत्ताच्या प्रदीप दळवींपर्यंत

अनेकांच्या उत्कृष्ट संहितांना हा परिसस्पर्श लाभला..... मित्राची गोष्ट, अँटिगनपासून रानभुल, डॅडी आय लव्ह यू, तुमचा मुलगा करतो काय?, कबड्डी

कबड्डी अशा अनेकविध नाटकांमधून, तर खबरदार, लालबाग परळ, धमाल, कॉर्पोरेट, टार्गेट, इट्स ब्रेकिंग न्यूज, चांदनी बार, एक चालिस की लास्ट लोकल अशा अनेक मराठी - हिंदी चित्रपटांमधून आणि एका लग्नाची दुसरी गोष्ट, दुर्वा, वहिनीसाहेब, आभाळमाया अशा मालिकांमधून विनय आपटेंनी आपली चमक दाखवून दिली. 'कुसुम मनोहर लेले' किंवा 'नथुराम'सारख्या नाटकांचे हजारो प्रयोग होऊनही हाउसफुलचा बोर्ड शेवटच्या प्रयोगापर्यंत झळकत राहिला, याचं श्रेय अर्थातच विनय आपटेंच्या संवेदनशील आणि समर्थ दिग्दर्शनाला जातंच.... असा हा झंझावात '७ डिसेंबर २०१३' ह्या दिवशी शांत झाला.... सिमला येथे एका हिंदी चित्रपटाच्या चित्रीकरणासाठी गेले असताना आपटे यांना श्वसनाचा त्रास व्हायला लागला. त्यानंतर मुंबईत सुमारे दीड महिन्याच्या उपचारानंतर त्यांना घरी पाठविण्यात आलं. श्वसनाच्या त्रासाबरोबरच अन्य आजारही उफाळल्याने उपचार सुरू असतानाच त्यांचं निधन झालं. पण आजही त्यांचा आवाज रंगमंचावरच्या अंधारात घुमत राहतो..... पुन्हा पुन्हा म्हणत राहतो, "मी विनय आपटे बोलतोय..." चित्रपट, रंगभूमी, आकाशवाणी किंवा दूरचित्रवाणी माध्यम अशा प्रत्येक ठिकाणी आपला वेगळा ठसा आणि ओळख निर्माण केलेल्या, भारदस्त आवाजाची देणगी लाभलेल्या या अभिनेत्याला मानाचा मुजरा..........

◆◆◆

'लक्ष्या'त राहणारा विनोदाचा बादशहा......

विनोदाचं अत्यंत अचूक टायमिंग, खेळकर स्वभाव व बोलण्याची भन्नाट पद्धत यामुळे ज्यांनी मराठी रसिकांच्या मनावर राज्य केलं असे विनोदाचे बादशहा म्हणजेच विनोदी अभिनेते लक्ष्मीकांत बेर्डे ....

लक्ष्मीकांत बेर्डे

जन्म - २६/१०/१९५४

मृत्यू - १६/१२/२००४

मला लहानपणी सह्याद्री वाहिनीची प्रचंड क्रेझ होती. त्या वेळी सह्याद्रीवर दर रविवारी दुपारी ४ वाजता मराठी सिनेमा लागायचा. या चित्रपटांनी मला लहानपणापासून अनेक गोष्टी दिल्या आहेत. त्या वेळी मी अनेक सिनेमे बघितले. त्या चित्रपटांमधील एका अभिनेत्याने अक्षरशः मला भंडावून सोडलं होतं. मी त्या अभिनेत्याचा प्रचंड फॅन झालो होतो आणि आजही आहे. तो आला, त्यांने पाहिलं आणि आपल्या अभिनयाच्या जोरावर त्याने सगळ्यांना जिंकलं आणि तो निघूनही गेला... आजही ज्याच्या नसण्याची खंत कित्येक सिनेप्रेमींच्या मनात आहे. या अभिनेत्याचा एक प्रसिद्ध असा किस्सा आहे. ज्येष्ठ अभिनेते आत्माराम भेंडे यांनी बबन प्रभूंच्या स्मृतिप्रीत्यर्थ 'झोपी गेलेला जागा झाला' या नाटकाची नव्याने निर्मिती करायचं ठरवलं. या नव्या

संचात बबन प्रभूंची भूमिका हा दिग्गज अभिनेता करणार होता. त्यावेळेस प्रसिद्ध दिग्दर्शक महेश कोठारे यांचे आई-वडीलसुद्धा या नाटकात काम करत होते. खूपदा नाटकाच्या तालमी बघायला महेश कोठारे जात असत. त्या वेळी हुबेहूब बबन प्रभूंची भूमिका साकारणाऱ्या या अभिनेत्याचा अभिनय पाहून महेश कोठारे प्रभावित झाले आणि त्यांनी तिथेच या अभिनेत्याच्या हातावर एक रुपया ठेवून त्यांना स्वतःच्या सिनेमासाठी साइन करून घेतलं. त्या वेळी महेश कोठारे यांच्या मनात एक सिनेमा दिग्दर्शित करण्याचा विचार सुरू होता. हा सिनेमा म्हणजे 'धूमधडाका'. या सिनेमाचं दिग्दर्शन करून महेश कोठारेंनी आपल्या पहिल्या सिनेमात या दिग्गज कलावंताला महत्त्वपुर्ण भूमिका दिली. पुढे मग या अभिनेत्याने अनेक सिनेमात अभिनय करून स्वतःचं अढळ स्थान भारतीय सिनेसृष्टीत निर्माण केलं. असा तो एकमेव दिग्गज अभिनेता म्हणजे 'लक्ष्मीकांत बेर्डे' अर्थातच आपल्या सगळ्यांचा लाडका 'लक्ष्या'...

लक्ष्मीकांत बेर्डे यांचा जन्म २६ ऑक्टोबर १९५४ रोजी झाला. मुंबईतील गिरगावमधील कुंभारवाड्यात लहानाचा मोठा झालेल्या लक्ष्याने युनियन हायस्कूलमध्ये त्याचं शालेय शिक्षण पूर्ण केलं, तर भवन्स कॉलेजमध्ये उच्च शिक्षण घेतलं. याच दरम्यान कॉलेजमध्ये असताना ते एकांकिकांमध्ये सहभाग घेत होते. अनेक वेळा साहित्य संघ मंदिरात त्यांनी बॅक स्टेजवरही काम केलं. या काळामध्ये त्यांनी प्रचंड मेहनत घेतली. हा प्रवास सुरू असतानाच त्यांच्या 'टुरटुर' या नाटकाने यशाचं शिखर गाठलं. त्यानंतर त्यांना महेश कोठारेंच्या 'धूमधडाका' (१९८५) या चित्रपटातून मोठा ब्रेक मिळाला. 'टुरटुर' आणि 'धूमधडाका' या दोन्ही माध्यमातून त्यांनी आपलं अष्टपैलुत्व दाखवून प्रचंड लोकप्रियता मिळवली. नाटकाच्या माध्यमातून थेट प्रेक्षकांपर्यंत पोहचता येतं म्हणून त्यांनी 'कार्टी उडाली भुर...' हे नाटक स्वीकारलं. मराठी नाटक, चित्रपटांचा हा प्रवास सुरू असतानाच 'मैने प्यार किया' या चित्रपटामधून त्यांचा हिंदी चित्रपटसृष्टीत प्रवेश झाला. त्यानंतर 'साजन', 'हम आपके हैं कौन' इत्यादींत त्यांनी काम केलं. मराठीत 'दे दणादण', 'अशी ही बनवाबनवी', 'थरथराट', 'धडाकेबाज', 'हमाल दे धमाल', 'रंगत संगत', 'पटली रे पटली', 'एक

होता विदूषक' असे अनेक चित्रपट त्यांनी केले. त्यांच्या कारकीर्दीतील हा खूपच महत्त्वाचा टप्पा होता. जोडीला वर्षा उसगावकर, दिलीप प्रभावळकर, निळू फुले, मधु कांबिकर, उषा नाईक, पूजा पवार, विजय चव्हाण अशा तगड्या कलाकार मंडळींची साथही त्यांना मिळाली.

लक्ष्मीकांत बेर्डे या नावाने मराठी चित्रपटसृष्टीत दीड ते दोन दशकं अक्षरश: धुमाकूळ घातला. विनोदाचं अत्यंत अचूक टायमिंग असणारा हा अभिनेता. पण केवळ विनोदी अभिनेता असं त्यांचं वर्णन करणं त्यांच्यावरचा अन्याय ठरेल. कसदार अभिनय करणाऱ्या या अभिनेत्याकडे त्यांच्या अभिनयक्षमतेला वाव मिळू शकतील असे चित्रपट अपवादानेच आले. वास्तविक अनेक गंभीर भूमिकांमधूनही त्यांनी आपली सशक्त अभिनयक्षमता दाखवून दिली. मात्र, एकूणच त्यांच्या विनोदी भूमिकांमुळे त्यांच्यावरचा विनोदी अभिनेत्याचाच शिक्का कायम राहिला. लक्ष्मीकांतला खरा 'ब्रेक थ्रू' मिळाला तो 'टुरटुर' या नाटकाने. हे पहिलंच नाटक जबरदस्त हिट ठरलं. त्यानंतर 'शांतेचं कार्टं चालू आहे', 'बिघडले स्वर्गाचे द्वार', 'कार्टी चालू आहे' ही नाटकंही यशस्वी ठरली. मग लक्ष्मीकांतने मागे वळून पाहिलंच नाही. नाटकं करता करता त्यांनी चित्रपटात प्रवेश केला, तिथेही ते प्रचंड यशस्वी ठरले. 'लक्ष्या' या नावाने अबालवृद्धांमध्ये त्यांची लोकप्रियं पसरली. त्यांची जोडी जमली ती महेश कोठारे यांच्यासमवेत. कोठारेंचा चित्रपट अन् लक्ष्या नाही असं सहसा घडलंच नाही. कारण कोठारे व बेर्डे म्हणजे व्यावसायिक यशाची हमखास खात्री अशी ओळख निर्माण झाली होती. त्याचबरोबर या दोघांचा चित्रपट म्हणजे मनोरंजनाची शंभर टक्के हमी हे समीकरणही रूढ झालं होतं. 'धूमधडाका', 'धडाकेबाज', 'थरथराट', 'झपाटलेला', 'पछाडलेला', 'खबरदार' पर्यंत ते कायम होतं. सचिनबरोबरही त्यांनी 'बनवाबनवी' सह अनेक चित्रपट केले.

लक्ष्मीकांत बेर्डे यांना अभिनयाची नैसर्गिक देणगी मिळाली होती. प्रेक्षकांच्या समोर आल्यानंतर त्यांना ताब्यात घेऊन टाकण्याची त्यांची शैली अनोखी होती. त्यांच्या लोकप्रियतेला 'कॅश' करण्यासाठी 'चल रे लक्ष्या मुंबईला'सारखा चित्रपटही निघाला. शिवाय अनेक चित्रपट त्यांना समोर ठेवून

काढण्यात आले. अशोक सराफ व लक्ष्मीकांत बेर्डे यांच्या जोडीने याच काळात धुमाकूळ घातला. वास्तविक या दोन्ही कलाकारांचं ट्युनिंग अतिशय चांगलं जमलं होतं. मात्र, त्याचा चांगला उपयोग फार कमी दिग्दर्शकांना करता आला. त्यांच्या चित्रपटांनी मराठी मनांचं मनोरंजन करीत अनेकांना आयुष्यातील तणाव, दुःख विसरायला लावून आनंदाचं कारंजं फुलविले. मराठीत प्रसिद्धीच्या लाटेवर स्वार असतानाच त्यांना हिंदीत चांगल्या निर्मिती संस्थांच्या ऑफर्स आल्या. राजश्री प्रॉडक्शनचा 'मैने प्यार किया' हा त्यातीलच एक. यात लक्ष्मीकांतने सलमान खानच्या मित्राची भूमिका अगदी छान निभावली. याशिवाय अनेक हिंदी चित्रपटांत त्यांनी भूमिका केल्या. पण अभिनयाचा कस लागेल अशी भूमिका त्यांना हिंदीत क्वचितच मिळाली. मराठीत अशा भूमिका त्यांना मिळाल्या; पण त्याही अगदी थोड्याच. ज्येष्ठ साहित्यिक पु. ल. देशपांडे यांनी लिहिलेल्या 'एक होता विदूषक' या गंभीर नाटकातील भूमिकेने लक्ष्मीकांतच्या अभिनयक्षमतेवर शिक्कामोर्तब झालं. पण तशा भूमिका त्यांना फार काही मिळाल्या नाहीत. विनोदी अभिनेता अशी जरी त्यांची ओळख असली, तरी त्यांनी कित्येक गंभीर भूमिकांमधून आपलं अभिनय कौशल्य दाखवून दिलं.

'हम आपके है कौन'मधील लक्ष्याने निभावलेली भूमिका काबिलेतारिफ होती. नोकराच्या भूमिकेत असणारा संयम व भावनाशीलता त्यांनी उत्तमरीत्या साकारली होती. 'झपाटलेला'मधील त्यांची भूमिका विलक्षण

गाजली. ‘तात्या विंचू आणि लक्ष्या’ यावर आजही मोठे विनोद होतात. लक्ष्मीकांत बेर्डे कामाच्या बाबतीत अत्यंत शिस्तप्रिय होते. रात्री कितीही उशिरा झोपले, तरी सकाळी वेळेत ते सेटवर हजर असायचे. लक्ष्मीकांत यांचा शॉट आहे म्हटल्यावर त्यांच्या हिरोइन्ससुद्धा वेळेत सेटवर हजर असायच्या. 'एक होता विदूषक’च्या अपयशामुळे लक्ष्मीकांत बेर्डे नंतर खचून गेले होते. त्या चित्रपटाच्या अपयशाच्या दुःखातून ते शेवटपर्यंत बाहेर पडू शकले नाहीत. लक्ष्मीकांत बेर्डे उत्कृष्ट गिटारवादक होते, हेदेखील फार कमी जणांना ठाऊक आहे. विनोदी स्वभाव, बोलण्याची वेगळीच पद्धत, शरीराची विचित्र हालचाल यामुळे त्यांच्या प्रत्येक भूमिकेला एक वेगळाच रंग यायचा. ते प्रत्येक भूमिका अक्षरशः जगायचे. अभिनय हा त्यांच्यात इतका ठासून भरला होता की, त्यांच्याविना त्या वेळी मराठी सिनेमा अपूर्ण वाटायचा. ज्या सिनेमात लक्ष्या असेल, तो सिनेमा सुपरहिट होणार ही खात्री असायची. ‘अशी ही बनवाबनवी’ चित्रपटात लक्ष्याने साकारलेली पार्वती प्रचंड गाजली.

लक्ष्मीकांत बेर्डे यांचं रुही ह्या चित्रपट अभिनेत्री सोबत लग्न झालं होतं. रुही बेर्डे ह्यांनी ‘मामला पोरीचा’, ‘आराम हराम आहे’ ह्या चित्रपटांत भूमिका केली, तसंच अनेक मराठी चित्रपट आणि नाटकंदेखील केली. रुही यांचं ५ एप्रिल १९९८ रोजी निधन झाल्यानंतर लक्ष्मीकांत बेर्डे यांनी प्रिया अरुण ह्या दिग्गज मराठी अभिनेत्रीसोबत दुसरा विवाह १९९८ मध्ये केला. त्या काळचे प्रसिद्ध छायालेखक वासुदेव कर्नाटकी यांची नात व मराठी चित्रपटसृष्टीतील निर्माते, दिग्दर्शक अरुण कर्नाटकी यांच्या त्या कन्या होत. पहिल्यापासूनच अभिनयाची आवड म्हणून मराठी सिनेमात त्यांनी प्रवेश केला. विनोदी चित्रपटांच्या त्या जमान्यात लोकप्रिय विनोदी अभिनेते लक्ष्मीकांत बेर्डे यांच्या समवेत त्यांची अशी जोडी जमली की, प्रत्यक्ष जीवनातदेखील ते एकमेकांचे जोडीदार झाले. दोघांचे एकत्र असे अनेक विनोदी सिनेमे गाजले. त्यांना अभिनय व स्वानंदी अशी दोन मुलं आहेत. अभिनय याने ‘ती सध्या काय करते’ या चित्रपटाद्वारे मराठी चित्रपटात पदार्पण केलं आहे. मराठी चित्रपटसृष्टीमध्ये आजवर अनेक गुणी कलाकारांनी त्यांच्या अभिनयामुळे प्रेक्षकांची मनं

जिंकली. या साऱ्या उत्तम कलाकारांच्या गर्दीत आजही एक नाव कायम अग्रस्थानी आहे ते म्हणजे, दिवंगत अभिनेते लक्ष्मीकांत बेर्डे. सगळ्यांना खळखळून हसविणाऱ्या या विनोदाच्या बादशहाने १६ डिसेंबर २००४ रोजी जगाचा निरोप घेतला. मात्र त्यांनी मराठी चित्रपटसृष्टीला दिलेल्या योगदानामुळे आजही ते साऱ्यांच्या स्मरणात आहेत. 'अशी ही बनवा बनवी'पासून ते अगदी 'एक होता विदूषक' या चित्रपटापर्यंत आपल्याला लक्ष्मीकांत बेर्डे यांची वेगवेगळी रूपं पाहण्याची संधी मिळाली. मुख्य म्हणजे आपल्या अनोख्या शैलीने प्रेक्षकांची मनं जिंकणारा हा अभिनेता कधी सर्वांचा आवडता 'लक्ष्या' झाला, हे लक्षातही आलं नाही. असा हा हरहुन्नरी कलाकार चाहत्यांना शेवटपर्यंत हसवत राहिला. दीड ते दोन दशकं सिनेसृष्टीत धुमाकूळ घालणाऱ्या या विनोदाच्या बादशाहाची एक्झिट सिनेरसिकांसाठी शॉकिंग होती. या कलाकाराला जाऊन एवढी वर्षं झाली तरी लक्ष्याच्या पडद्यावर येण्यामुळे होणारा हास्यस्फोट मात्र आजही कायम आहे. प्रेक्षकांशी अतूट नातं जोडणाऱ्या या विनोदातल्या अवलिया हरहुन्नरी कलावंताला मानाचा मुजरा...

◆◆◆

विनोदाचा नितळ बादशहा.....

मराठी चित्रपट व रंगभूमीवर आपल्या हरहुन्नरी अभिनयाने आपलं स्वतःचं वेगळं स्थान निर्माण करणारे अभिनेते म्हणजेच विजय चव्हाण.....

विजय चव्हाण

जन्म - ०२/०५/१९५५

मृत्यू - २४/०८/२०१८

महाराष्ट्राच्या भूमीत जन्मलेलं हे व्यक्तिमत्त्व मराठी सिनेमासृष्टीत येण्यापूर्वी रंगभूमीवर विविध नाटकांमधून रसिकांना मंत्रमुग्ध करीत होतं. मराठी आणि हिंदी रंगभूमी, छोटा पडदा किंवा रुपेरी पडदा गाजवणाऱ्या या कलाकाराने प्रत्येक भूमिका करताना त्या भूमिकेला योग्य न्याय देण्याचा प्रयत्न केला. अनेक नामवंत कलाकारांसोबत काम करताना साहाय्यक कलाकार म्हणून स्वतःच्या भूमिकेची वेगळीच छाप पडणारा असा हा कलाकार. 'तू सुखकर्ता', 'झिलग्यांची खोली', 'सगळे सभ्य पुरुष', 'सासरेबुवा जरा जपून', 'भागम भाग' यांसारख्या अनेक नाटकांमधून रसिकांना आपल्या अभिनयाचं दर्शन घडवीत राहिला. पण या अभिनेत्याने 'मोरूची मावशी' या नाटकात साकारलेली मावशी आपणा साऱ्यांच्या चांगलीच लक्षात राहिली. उंच बांध्याचा, रांगडं व्यक्तिमत्त्व असणारा आणि विनोदाची अचूक जाण असलेला हा

कलाकार जेव्हा साडी नेसून मावशीची भूमिका साकारेतो, तेव्हा तो तितकाच नाजूक वाटतो. या नाटकाचे अनेक प्रयोग झाले आणि बऱ्याच प्रयोगांना हाउसफुलचे बोर्डही लागले. मराठी चित्रपटसृष्टीमध्ये चार दशकांहून अधिक काळ विविधरंगी भूमिका करून रसिकांना खदखदून हसायला लावणारा एक चतुरस्त्र नट. रंगीबेरंगी दुनियेत हा अभिनेता मात्र अत्यंत साधेपणाने जगला. आजकाल सगळ्यांची गरज बनलेला मोबाईलदेखील या अभिनेत्याने कधीच वापरला नाही. असे हे बहुआयामी; मराठी चित्रपट व रंगभूमीवर आपल्या अभिनयाची छाप पाडणारे हरहुन्नरी अभिनेते म्हणजेच विजय चव्हाण......

विजय चव्हाण यांनी त्यांच्या अभिनयाने कित्येक वर्षं मराठी चित्रपटसृष्टी गाजवली. चित्रपटांतील व अनेक नाटकांतील त्यांच्या अनेक भूमिकांना प्रेक्षकांनी अक्षरशः डोक्यावर घेतलं. विजय चव्हाण यांचा जन्म लालबागमधला. मध्यमवर्गीय कुटुंबातील विजय चव्हाण लालबागमधील प्रसिद्ध 'भारतमाता' चित्रपटगृहाच्या मागच्या बाजूला असलेल्या 'हाजी कासम' चाळीत लहानाचे मोठे झाले. विजय चव्हाण यांनी त्यांचं महाविद्यालयीन शिक्षण रुपारेल या कॉलेजमधून पूर्ण केलं. कॉलेजमध्ये असताना ते अनेक एकांकिकांमध्ये भाग घेत असत. 'मोरूची मावशी' हे विजय चव्हाण यांच्या कारकीर्दीतील सगळ्यात गाजलेलं नाटक. या नाटकात त्यांनी 'मोरूची मावशी' अप्रतिम रंगवली. विजय चव्हाण यांनी एकूण ३५० ते ४०० चित्रपटांमध्ये काम केलं. त्यांना अनेक पुरस्कारांनी सन्मानित करण्यात आलं आहे. 'झपाटलेला', 'पछाडलेला', 'भरत आला परत' यांसारख्या अनेक चित्रपटांतील त्यांच्या भूमिका प्रचंड गाजल्या. 'मोरूची मावशी' या नाटकात त्यांनी रंगवलेलं स्त्री पात्र प्रेक्षक कधीच विसरू शकत नाहीत. त्यांना त्याच्या अभिनयाचं कौशल्य चित्रपटसृष्टीतही दाखवायचं होतं आणि त्यांना पहिला चित्रपट मिळाला तो १९८५ मध्ये 'वहिनीची माया'. यात रवींद्र बेर्डे आणि रमेश भाटकरांसोबत विजय चव्हाण हा नवीन कलाकार आपल्याला अभिनय करताना पाहायला मिळाला. पण त्यानंतर मात्र त्यांनी मागे वळून पाहिलं नाही. 'घोळात घोळ', 'धुमाकूळ', 'बलिदान', 'शेम टू शेम', 'माहेरची साडी' यांसारख्या विविध सिनेमांमधून

आपल्याला 'विजय चव्हाण' विविध भूमिका साकारताना पाहायला मिळाले. पण त्यांच्या आयुष्याला कलाटणी मिळाली ती महेश कोठारेंच्या काही सिनेमांमुळे. 'शुभमंगल सावधान' या सिनेमामध्ये महेश कोठारेंनी पहिल्यांदा विजय चव्हाण यांचं कास्टिंग केलं. अशोक सराफ आणि लक्ष्मीकांत बेर्डे चित्रपटसृष्टीमध्ये विनोदी अभिनेता म्हणून प्रसिद्ध असतानाच साहाय्यक नटही तितकाच प्रभावी विनोद करू शकतो, हे विजय चव्हाण यांनी अभिनयाने

दाखवून दिलं. 'झपाटलेला', 'माझा छकुला', 'चिमणी पाखरं', 'पछाडलेला', २००६ सालचा 'शुभमंगल सावधान', 'जबरदस्त', 'दुभंग' या महेश कोठारेंच्या सिनेमांमध्ये विजय चव्हाण हे अभिनय करताना दिसले. 'या गोल गोल डब्यातला', 'हलाल', 'वन रूम किचन' यांसारख्या सिनेमांमध्ये विजय चव्हाणांनी केलेली भूमिका रसिकांच्या चांगलीच लक्षात राहते.

विजय चव्हाण यांच्या 'मोरूची मावशी'ने दोन हजारांवर प्रयोग करून इतिहास घडवला आहे. नाटक, मालिका, चित्रपट अशा तीनही क्षेत्रांत विजय चव्हाण यांनी आपल्या अभिनयाची छाप उमटवली आहे. विनोदाचं अचूक टायमिंग आणि प्रेक्षकांना आपल्या संवादांनी आपलंसं करण्यात विजय चव्हाण यांचा हातखंडा होता. मराठी रंगभूमी, हिंदी रंगभूमी, छोट्या पडद्यावरील मालिका ते चित्रपट असा त्यांचा प्रवास झाला. पण स्त्रीवेशात त्यांनी साकारलेली मावशी सर्वांच्या मनात भरली. 'तू सुखकर्ता', 'सासरेबुवा जरा जपून' अशा नाटकांत आपला ठसा उमटवताना १९८५ मध्ये त्यांना 'वाहिनीची माया' या चित्रपटात भूमिका मिळाली. लक्ष्मीकांत बेर्डे, अशोक सराफ, भरत जाधव या विनोदी नायकांबरोबर साहाय्यक कलाकार म्हणून काम करूनही आपल्या

अभिनयामुळे विजय चव्हाण सर्वांच्या लक्षात राहतात. केदार शिंदे यांचा 'जत्रा' चित्रपट असो की, भरत जाधव-विजय चव्हाण यांची 'श्रीमंत दामोदरपंत' मधील धुमाकूळ असो प्रेक्षकांना या कलाकाराने खो-खो हसवलं. 'टुरटुर' या तुफान लोकप्रिय नाटकाद्वारे विजय चव्हाण यांनी आपल्या करिअरची सुरवात केली आणि त्यानंतर पुढे अनेक वर्षं अनेक मराठी सिनेमा आणि नाटकांमधून त्यांनी लक्षवेधी भूमिका साकारल्या. 'मोरूची मावशी' या नाटकातील त्यांच्या इरसाल भूमिकेमूळे त्यांना खरी ओळख मिळाली. या नाटकातील 'टांग टिंग टिंगा' या गाण्यावरील त्यांचं नृत्य आजही प्रेक्षकांच्या स्मरणात कायम आहे. विनोदी असो वा चरित्र भूमिका, विजय चव्हाण यांनी आपली प्रत्येक भूमिका समरसून केली. 'माहेरची साडी', 'येऊ का घरात', 'जत्रा', 'थरथराट', 'अशी असावी सासू', 'घोळात घोळ' व 'आली लहर केला कहर' असे त्यांचे गाजलेले मराठी सिनेमे . 'हयवदन', 'मोरूची मावशी' व 'श्रीमंत दामोदरपंत' ही त्यांची काही गाजलेली नाटकं होती. 'रानफूल', 'लाइफ मेंबर' या मालिकांमधील त्यांच्या भूमिकाही खूप गाजल्या होत्या. विजय चव्हाण यांना एक डोळा मिटण्याची एक विशिष्ट लकब होती, अनेक चित्रपट व नाटकांमधून त्यांच्या या शैलीला मोठ्या प्रमाणात दाद मिळाली व त्यामुळे त्यांची प्रत्येक भूमिका मनात कोरली गेली.

'चित्रपटसृष्टीतील दीर्घकालीन मेहनत व अभिनय बांधिलकी यासाठी अभिनेते विजय चव्हाण यांना राज्य शासनाकडून यांना व्ही. शांताराम विशेष योगदान पुरस्काराने सन्मानित करण्यात आलं. त्यांच्या वडिलांना अभिनयाची खूप आवड होती. तेव्हा ते परेल - लालबागच्या गिरणगावात रहात. चित्रपती व्ही. शांताराम यांचा राजकमल कलामंदिर स्टुडिओ याच परिसरात. त्यांच्या वडिलांनी सदर स्टुडिओत जाऊन स्क्रीन टेस्ट दिली; पण ते गाऊ शकत नसल्याने त्यांना संधी मिळू शकली नाही, ही खंत वा बोच विजय चव्हाण यांच्या मनात कायम होती. विजय चव्हाण यांच्यावर दिग्दर्शिका विजया मेहता यांचा बराच प्रभाव होता. तालमीसाठी वेळेवरच हजर राहण्याची शिस्त त्यांच्या कायमच अंगवळणी पडली. मराठी रंगभूमी, चित्रपट व मालिका या तीनही माध्यमांतून त्यांनी यशस्वी वाटचाल केली. बराच काळ त्यांनी गिरणी कामगार

म्हणून नोकरी केली. गिरणीतील आपल्या दिवस व रात्र पाळ्या सांभाळून आपण नाटकाचे दौरे, असंख्य प्रयोग केलेत. एक ध्यास म्हणून आपण अभिनय कारकीर्दीकडे पाहता. म्हणूनच तर दिवसभर चित्रपटांचे चित्रीकरण केल्यावरही न थकता, न कंटाळता त्यांनी रात्री त्याच उत्साहाने अनेक नाटकांचे प्रयोग रंगवले. 'मोरूची मावशी' हे त्यांच्या कारकिर्दीतील सर्वांत महत्त्वपूर्ण नाटक होय. त्याच्या यशाने आत्मविश्वास वाढलाच; पण विजय चव्हाण 'स्टार' म्हणून ओळखले गेले. त्या काळात नाटकासाठी वेगळा नृत्यदिग्दर्शक नसे, तर व्यक्तिरेखेनुसार कलाकाराने सर्व गोष्टी समरसून करायला हव्यात, ही देखील विजया मेहता यांची शिकवण. मावशी साकारताना 'टांग टिंग टिंगा' हे गाणं व त्यासह नृत्य साकारायचं होतं. ते त्यांच्या स्वयंस्फूर्तीतून आलं. अनेक प्रयोगांत त्यासाठी वन्स मोअर मिळू लागला. संवेदनशील कलाकाराला असा प्रतिसाद हुरूप वाढवणारा ठरतो. त्यातही केसांचा कोंबडा व रेशमी साडी सांभाळत पिंगा घालणे हे प्रत्येक प्रयोगात उत्स्फूर्तपणे साकारलं. विजय चव्हाण यांना एक डोळा मिटण्याची एक विशिष्ट शैली होती, त्यामुळे ते घराघरात पोहचले होते. इतरही नाटकांतून त्यांच्या प्रवास खुलला. विनोदाचं टायमिंग साधणे ही एक कला असून, त्यासाठी स्वभावात थोडासा हजरजबाबीपणा लागतो, पण आपल्या विनोदाने कोणीही कळत नकळत दुखावलं जाऊ नये याचंही त्यांनी भान ठेवलं. विनोद हा सहकुटुंब आनंद घेता येण्याजोगा निखळ आणि नितळ असावा हे आपलं मत. प्रेक्षकांना तशाच स्वच्छ विनोदातून आनंद देण्याचा वसा तुम्ही जपलात.. 'घोळात घोळ', 'पटली रे पटली', 'फटफजिती', 'बंडलबाज', 'शेम

टू शेम', 'माहेरची साडी', 'खुळ्यांचा बाजार', 'झपाटलेला' व अशा अनेक मराठी चित्रपटांतून त्यांनी भूमिका साकारलीय. चित्रपट वा नाटकासाठीची ऊर्जा भरपूर मासे खाऊन मिळते, अशीच त्यांची भावना होती. त्यांचा मुलगा वरद हादेखील आता अभिनय क्षेत्रात आत्मविश्वासाने वावरतोय. ४० वर्षं चित्रपटसृष्टीमध्ये स्वतःचा ठसा उमटविणाऱ्या विजय मामांनी आजवर अनेक नाटकांमधून प्रेक्षकांचं मनोरंजन केलं. २०१७ मध्ये 'संस्कृती कलादर्पण'च्या जीवनगौरव पुरस्काराने त्यांना गौरविण्यात आलं होतं. याशिवाय, त्यांना अनेक पुरस्कारांनी सन्मानित करण्यात आलं होतं. अशा या बहुआयामी कलाकाराने २४ ऑगस्ट २०१८ रोजी या जगाचा निरोप घेतला. या हरहुन्नरी कलावंताला मनापासून सलाम...

◆◆◆

स्मिता.... मूर्तिमंत अस्मिता....

अत्यंत नैसर्गिक आणि संवेदनशील अभिनय, मोहक रूप आणि निखळ हास्याची व्याख्या म्हणजे अभिनेत्री स्मिता पाटील....

स्मिता पाटील

जन्म - १७/१०/१९५५

मृत्यू - १३/१२/१९८६

विलक्षण बोलके डोळे आणि त्याला धारदार अभिनयाची साथ लाभल्यामुळे या अभिनेत्रीने आपली अल्प कारकीर्द ही वैशिष्ट्यपूर्ण अभिनयाने गाजवली. रंगभूमी, चित्रपट आणि दूरदर्शन या तिन्ही माध्यमांवर त्यांनी आपल्या कामाचा ठसा उमटवलेला आहे. अवघ्या दीड दशकाच्या आपल्या कारकीर्दीत विविधांगी भूमिका साकारत हिंदी चित्रपटसृष्टीच्या इतिहासामधील काही मोजक्या श्रेष्ठ अभिनेत्रींच्या रांगेत जाऊन बसण्याचा मान मिळवला. राष्ट्रीय तसंच आंतरराष्ट्रीय स्तरावरही त्यांच्या कामाचा गौरव करण्यात आला. 'कोस्टा गॅव्हरास' या आंतरराष्ट्रीय पातळीवरील श्रेष्ठ दिग्दर्शकाने या अभिनेत्रीच्या नावाने चित्रपटांचा महोत्सव भरवला होता. अशा प्रकारचा मान मिळवणाऱ्या त्या पहिल्याच भारतीय अभिनेत्री ठरल्या. मॉन्ट्रियल आंतरराष्ट्रीय चित्रपट महोत्सवामध्ये त्यांनी परीक्षकाची भूमिका निभावली होती. १९८५ मध्ये नैरोबी येथे झालेल्या जागतिक महिला परिषदेमध्ये या गुणी अभिनेत्रीने भारताचं

प्रतिनिधित्व केलं होतं. मराठी आणि हिंदी सिनेसृष्टीत आपल्या अभिनयाने सगळ्यांच्याच मनात वेगळंच स्थान निर्माण केलेल्या अशा अत्यंत नैसर्गिक आणि संवेदनशील अभिनय, मोहक रूप आणि निखळ हास्याची व्याख्या म्हणजे अभिनेत्री स्मिता पाटील.

राजकीय नेते शिवाजीराव पाटील आणि सामाजिक कार्यकर्त्या विद्याताई यांच्या पोटी स्मिता पाटील यांचा जन्म १७ ऑक्टोबर १९५५ रोजी पुणे येथे झाला. पुण्यातील 'रेणुका स्वरूप स्मृती हायस्कूल'मध्ये त्यांचं शालेय शिक्षण झालं, त्या मॅट्रिकला असतानाच त्यांचे वडील शिवाजीराव पाटील मंत्री झाले; पण स्मिता पाटील त्यांच्यासोबत मुंबईला न जाता पुण्यातच आपल्या एका मैत्रिणीकडे राहिल्या. मॅट्रिकची परीक्षा उत्तीर्ण झाल्यावर त्यांनी पुण्यातील फर्ग्युसन महाविद्यालयात प्रवेश घेतला. याच काळात त्यांचा थिएटर अॅकॅडमीच्या ग्रुपशी परिचय झाला. अभिनयातील त्यांचं पदार्पण झालं ते 'तीव्र मध्यम' या अरुण खोपकर दिग्दर्शित एफ.टी.आय.आय.च्या पदविका फिल्ममधून. त्यानंतर दोन वर्षांनी पुण्याहून मुंबईला आल्यावर दूरदर्शनच्या माध्यमातून त्या प्रसिद्धीच्या झोतात आल्या. तेव्हा नव्यानेच सुरू झालेल्या दूरदर्शन वाहिनीवर स्मिता पाटील वृत्तनिवेदिका म्हणून काम करू लागल्या. १९७० मध्ये वयाच्या अवघ्या १६ व्या वर्षी स्मिता पाटील यांनी दूरदर्शनवर वृत्तनिवेदिका म्हणून कारकीर्दीला सुरुवात केली होती. परंतु, त्यांना उपजतच अभिनयाची ओढ होती. अभिनयाच्या आवडीने त्यांना शांत बसू दिलं नाही. १९७४ मध्ये त्यांनी चित्रपटसृष्टीत पदार्पण केलं. त्यानंतर त्यांनी कधी मागे वळून पाहिलं नाही. त्यांच्या अभिनयातला सच्चेपणा प्रेक्षकांना भावला. पडद्यावरील सौंदर्याच्या साचेबद्ध कल्पना त्यांनी दुय्यम ठरवल्या. हिंदी आणि मराठी दोन्ही सिनेमांमध्ये त्यांनी स्वत:चं वेगळं स्थान निर्माण केलं.

भारतात १९७७-७८च्या सुमारास 'समांतर चित्रपटां'ची लाट आली. समांतर चित्रपटांसाठी स्मिता पाटील यांनी आपल्या कारकीर्दीमधील तब्बल पाच वर्षं दिली. १९७५ मध्ये दिग्दर्शक श्याम बेनेगल यांच्या 'चरणदास चोर' या बालचित्रपटामधील 'राणी'च्या भूमिकेपासून स्मिता पाटील यांनी आपल्या

चित्रपट कारकीर्दीची सुरुवात केली. 'मंथन' 'भूमिका' (१९७७), 'जैत रे जैत' (१९७८), 'गमन' (१९७९), 'बाजार', 'आक्रोश' (१९८०), 'चक्र' (१९८१), 'अर्थ' (१९८३), 'आखिर क्यों' (१९८५), 'अमृत' (१९८६), 'मिर्चमसाला' (१९८७) आदी चित्रपटांमधील व्यक्तिरेखांद्वारे त्यांनी आपल्यातील सशक्त अभिनेत्रीचं दर्शन घडवलं. यापैकी 'मंथन' या चित्रपटामधील बिंदूच्या व्यक्तिरेखेसाठी त्यांना राष्ट्रीय पुरस्काराने गौरवण्यात आलं. श्याम बेनेगल, गोविंद निहलानी, केतन मेहता, डॉ. जब्बार पटेल यांच्यासारख्या कसलेल्या दिग्दर्शकांकडे काम केल्यामुळे स्मिता पाटील यांच्या अभिनयाला आणखी वेगळी झळाळी आली. 'जैत रे जैत' (१९७८) या चित्रपटातील 'चिंधी', तिच्या अंतर्गत ऊर्मीसह आपल्यासमोर येते, ती अर्थातच स्मिता पाटील यांच्या समर्थ अभिनयातून. नवऱ्याने सोडलेली चिंधी नाग्याच्या प्रेमात पडते व त्याला मिळवण्यासाठी अथक प्रयत्न करते. राणी माशीमध्ये देवत्व शोधणाऱ्या नाग्याचा देवत्वाविषयीचा संघर्ष ती जाणते व नाग्याला मिळवण्यासाठी त्याच्या वेडेपणात सामील होऊन, राणी माशीला शोधण्यासाठी त्याच्यासोबत जाते. नाग्याचा वेडेपणा मनोमन माहीत असला तरी, आपल्या प्रिय व्यक्तीसाठी करावा लागणारा उघड संघर्ष ती मान्य करते. चिंधीचा प्रेमातला वेडेपणा स्मिता पाटील आपल्या अभिनयातून सकारात्मक पद्धतीने मांडतात व चिंधीच्या भूमिकेला न्याय देतात. डॉ. जब्बर पटेल दिग्दर्शित 'उंबरठा' या चित्रपटामध्ये पाटील यांनी साकारलेली सुलभा महाजन ही व्यक्तिरेखा मराठी चित्रपटसृष्टीच्या इतिहासामधील सर्वांत महत्त्वाची व्यक्तिरेखा मानली जाते. या व्यक्तिरेखेच्या माध्यमातून त्यांनी व्यक्तिगत, सामाजिक पातळीवर अपयशी ठरलेल्या, तरी स्वत:वर विश्वास असणाऱ्या स्त्रीची भूमिका रंगवली. सामाजिक कार्य करताना, ती काम करत असलेल्या आश्रमाकडून नाकारली जाते, तर सामाजिक कार्य करायला घराबाहेर पडली म्हणून घरातल्यांकडून नाकारली जाते. या दोन्ही पातळ्यांवरचा नकार ती ज्या ताकदीने पचवते, त्यातूनच तिच्या व्यक्तिमत्त्वातील स्वतंत्रपण व समर्थपण जाणवून जातं. या व्यक्तिरेखेचा प्रवास त्यांनी आपल्या सहज व संयमित अभिनयातून उत्कृष्टपणे रेखाटला आहे.

सावळा रंग, शेलाटी बांधा; पण यावर मात केली त्यांच्या संवेदनशील चेहऱ्याने. त्यांचे आत्मनिर्भर पाणीदार काजळलेले टपोरे बोलके डोळे, नाकी-डोळ्यांतील नीटसता या साऱ्यांमुळे त्यांच्या क्लोजअपमधून सारा अभिनय बाहेर यायचा. अभिनयाबाबत त्यांची आपल्या चेहऱ्यावर सारी भिस्त, तीच अधिक बोलत असे. त्यांच्याजवळ मधुबालेचं सौंदर्य अजिबात नव्हतं, नर्गिसचा अवखळपणाही नाही, मीनाकुमारीच्या सोज्वळ चेहऱ्याशी मात्र काहीसं साम्य होतं. रुढार्थाने नायिकेला आवश्यक असं आकर्षक काहीच नव्हतं, लावण्य नव्हतं. अशा ह्या वेगळ्या रसायनामुळेच त्यांना 'इनग्रिड बर्गमन' म्हटलं गेलं. असा कलावंत शतकात एखादाच जन्माला येतो. त्यांनीच म्हटल्याप्रमाणे अभिनय कला म्हणजे त्यांना देवाने दिलेलं देणं होतं. चेहऱ्यावर कृत्रिमता अजिबात नसल्यामुळे क्लोजअपचं सामर्थ्य त्यांना आत्मविश्वासपूर्वक वापरता आलं. नैसर्गिक बुद्धी, भावना, सामंजस्य यांचे बेमालूम मिश्रण त्यांच्या व्यक्तीकरणात होतं. अभिनयाचा कुठलाही डिप्लोमा वा अभिनयाचं

शिक्षण नसूनही, ग्रामीण स्त्रीची व्यथा, अन्याय, घुसमट यांत त्या घुसत असत त्यामुळे त्या जिवंत, रसरशीत पात्रं उभी करू शकल्या. स्वतःची स्वतंत्र अभिनयशैलीही त्यांनी निर्माण केली नाही. कारण एकाच साचेबंद भूमिकेत त्या कधीही अडकून पडल्या नाहीत. प्रत्येक भूमिका वेगळी, त्यामुळे त्यांच्या प्रत्येक परकाया प्रवेश वेगळा होत होता. 'शक्ती', 'नमकहलाल' यांत अमिताभ व दिलीपकुमारबरोबर त्या समर्थपणे उभ्या राहिल्या. भूमिका जगायचं एक वेगळं अभिनय सामर्थ्य त्यांच्यात होतं.

मराठी, हिंदी, पंजाबी, बंगाली, गुजराती, कन्नड, मल्याळम आणि तेलुगू अशा आठ भाषांमधील चित्रपटांमध्ये स्मिता पाटील यांनी काम केलं.

अवघ्या दहा वर्षांच्या सिनेकरिअरमध्ये स्मिता यांनी तब्बल ८० चित्रपट केले. पदार्पणाच्या चार वर्षांनंतर १९७७ मध्ये 'भूमिका' चित्रपटासाठी त्यांना पहिला राष्ट्रीय पुरस्कार मिळाला, तर १९८० मध्ये 'चक्र'साठी पुन्हा एकदा राष्ट्रीय पुरस्कारावर त्यांनी मोहोर उमटवली. चित्रपटसृष्टीतील योगदानासाठी १९८५ मध्ये त्यांना 'पद्मश्री पुरस्कार' प्रदान करण्यात आला. स्मिता यांचं लग्न हादेखील चर्चेचा विषय ठरला. स्मिता या राज बब्बर यांच्या प्रेमात पडल्या होत्या. याच निर्णयामुळे, स्मिता आणि राज यांना चाहत्यांच्या रोषाला सामोरं जावं लागलं. स्मिता यांच्या घरातूनदेखील सुरुवातीला राज यांच्यासोबतच्या नात्याला विरोध होता. राज बब्बर विवाहित होते, त्यांचा नादिरा बब्बर यांच्याशी विवाह झाला होता. पण स्मितांसाठी राज यांनी घर सोडण्याचा निर्णय घेतला, त्यानंतर स्मिता आणि राज यांनी लग्न केलं. २८ नोव्हेंबर १९८६ मध्ये प्रतीकचा जन्म झाल्यानंतर काहीच दिवसांतच, म्हणजे १३ डिसेंबर १९८६ रोजी स्मिता यांनी वयाच्या अवघ्या ३१व्या वर्षी जगाचा निरोप घेतला. मृत्यूनंतर मृतदेह एखाद्या सवाष्ण महिलेप्रमाणे सजवला जावा, अशी स्मिता यांची इच्छा होती. त्याप्रमाणे निधनांतर त्यांची अखेरची इच्छा पूर्ण केली गेली. त्यांचे मेकअपमन दीपक सावंत यांनी त्यांच्या मृतदेहाला सवाष्ण महिलेप्रमाणे मेकअप केला होता.

मात्र स्मिता पाटील या नावामागे दडलेली हळवी, मनस्वी, व्यवहार न सांभाळू शकणारी स्मिता पुढे येते. स्मितांची लोकप्रियता, त्यांच्या वादग्रस्त विवाहामुळे झालेली फरफट, मोठ्या दिग्दर्शकांकडून महत्त्वाचे चित्रपट दुसऱ्याच अभिनेत्रीला दिले गेल्याने आलेली अस्वस्थता, व्यावसायिक चित्रपटांत आलं तरच आपली मार्केट व्हॅल्यू वाढेल, असं वाटून चिकाटीने असे चित्रपट करण्याचा त्यांचा हट्ट, सरतेशेवटी त्यांना लागलेली संसार थाटण्याची, मातृत्वाची ओढ आणि अर्ध्यावरच संपून गेलेला त्यांचा प्रवास... हे तुकड्या-तुकड्यातून आपल्या समोर येतं. शबाना आझमींशी त्यांचं असलेलं लव्हहेट नातं, दीप्ती नवलशी असलेली मैत्री, रेखाशी मैत्री करण्याची त्यांची वेडी पण अपूर्ण राहिलेली इच्छा यांतून सामोरं येणाऱ्या स्मिता पाटील या त्यांच्या पडद्यावरच्या प्रतिमेशी फारकत घेताना दिसतात. चारचौघींसारखं चाकोरीतलं

आयुष्य जगण्याच्या धडपडीत त्यांच्यातली मूळची धग कुठेतरी विझत चाललेली जाणवत राहते. स्मिता पाटील वेळेआधी आपल्यातून निघून गेल्या तरीही विस्मृतीत कधीच गेल्या नाहीत. उलट त्यांच्या विचारांचा, भूमिकांचा,

अभिनयाचा आदर्श सतत मानला गेला हे त्यांच्या कामाचं मोठेपण. त्यांच्या चाहत्यांची संख्या पिढ्या बदलल्या तरीही कमी झालेली नाही. स्मिताच्या शोकाचं गहिरं सावट कितीही वर्षं उलटली तरीही महाराष्ट्र, देशावरून हटलेलं नाही. त्यांचा मृत्यू केवळ एक धक्का नव्हता, तर ती एक अविश्वसनीय शोकांतिका होती... त्यांच्या 'उंबरठा' चित्रपटातील गाण्यासारखी...

"सुन्या-सुन्या मैफिलीत माझ्या, तुझेच मी गीत गात आहे,
अजूनही वाटते मला की, अजूनही चांदरात आहे.
कळे न पाहशी कुणाला ? कळे न हा चेहरा कुणाचा ?
पुन्हा पुन्हा भास होत आहे, तुझे हसू आरशात आहे !"

सुरेश भटांचे अर्थवाही शब्द, सोबतीला लतादीदींचा काळीज चिरणारा स्वर. गाण्याचा शेवट होताना स्मिता पाटीलयांचे पाण्याने भरलेले डोळे काही केल्या पिच्छा सोडत नाहीत !

अभिनय या कलेलाच वेगळं परिमाण देणाऱ्या, आपल्या व्यक्तिमत्त्वामधून स्त्रीच्या बंडखोरीला संयमित स्वरूपात साकार करणाऱ्या, विविध चित्रपटांमधून अभिनयाचा एक आदर्श उभा करणाऱ्या, वैयक्तिक जीवनातही सामाजिक, राजकीय आणि स्त्रीस्वातंत्र्याचं भान जपणाऱ्या 'स्मिता पाटील' या दिग्गज अभिनेत्रीला मनापासून सलाम...

◆◆◆

हसतमुख अष्टपैलू तारा...

केवळ अभिनयच नव्हे, तर लेखन, दिग्दर्शन, वादन अशा अनेक क्षेत्रांत चौफेर मनमौजी काम करणारा हरहुन्नरी कलावंत म्हणजेच अभिनेते सतीश तारे.

सतीश तारे

जन्म - २२/१०/१९६५

मृत्यू - ०३/०७/२०१३

लवचीक अभिनय, शब्दांवर मार्मिक टिप्पणी करून त्याने अनेकांना लोटपोट हसवलं ते 'फू बाई फू'मधून.. प्रत्येक पर्वात या कलावंताने प्रेक्षकांच्या मनावर राज्यच केलं. 'एका लग्नाची दुसरी गोष्ट'मधला त्याचा गंभीर अभिनयही प्रेक्षकांना आवडला. पण त्याचं रंगभूमीवरचं प्रेम काही कमी झालं नाही. म्हणून त्याने 'गोलगोजिरी' नाटकाची निर्मिती केली आणि १०० व्या नाटकाचा प्रयोग असताना आयुष्याच्या रंगभूमीवरूनच अचानक त्याची झालेली एक्झिट मात्र अनेकांच्या डोळ्यांत अश्रू देऊन गेली. या कलावंताच्या निधनाने एक मोठा विनोदी कलावंत अकाली गेल्याची हळहळ आजही व्यक्त होत असते. हजरजबाबीपणा हा हुकमी एक्का त्याच्या विनोदशैलीचा महत्त्वाचा भाग होता. केवळ टायमिंगच नव्हे, तर अचूक शब्दफोड त्याला जमायची. खूप संघर्ष केल्यानंतर हा कलावंत वेगवेगळ्या माध्यमांतून झळकत होता. केवळ

अभिनयच नव्हे, तर लेखन, दिग्दर्शन, वादन अशा अनेक क्षेत्रांत चौफेर मनमौजी काम करणारा हा हरहुन्नरी कलावंत म्हणजेच अभिनेते सतीश तारे.

सतीश तारे यांचे वडील जयंत तारे नाट्यकर्मी असल्यामुळे बालनाटकांपासून त्यांच्या रंगभूमीवरील कारकीर्दीला सुरुवात झाली. त्यांचे वडील जयंत तारे पुण्यात 'फुलराणी' ही बालरंगभूमी चालवायचे. वडिलांच्या नाटकांतून अभिनयाचे धडे गिरवणाऱ्या सतीश तारे यांनी आपल्या हरहुन्नरी व्यक्तिमत्त्वामुळे लेखन, दिग्दर्शन, अभिनय, गायन, नाट्यनिर्मिती अशा नाटकाच्या सगळ्याच प्रांतांत मुक्त मुशाफिरी केली. 'ऑल लाइन क्लीअर' या सस्पेन्स कॉमेडीद्वारे त्यांनी लेखक, दिग्दर्शक व अभिनेता म्हणून व्यावसायिक रंगभूमीवर प्रथम पदार्पणातच आपली नाममुद्रा उमटविली. उत्स्फूर्त लवचीकता, हजरजबाबीपणा, विनोदाची अंगभूत उत्तम जाण आणि भान, जबरदस्त टायमिंग सेन्स या गुणांमुळे त्यांनी अल्पावधीतच नाटक, सिनेमा आणि दूरचित्रवाणी या तिन्ही माध्यमांत आपलं स्थान निर्माण केलं. 'श्यामची मम्मी', 'जादू तेरी नजर', 'आम्ही बिघडलो', 'असा मी असामी', 'शुभ बोले तो नारायण', 'विच्छा माझी पुरी करा', 'सगळं कसं गुपचूप', 'चल घेऊन टाक', 'रात्रीच घोटाळा झाला', 'गोलगोजिरी' इत्यादी त्यांची नाटकं गाजली. 'नवरा माझा नवसाचा', 'वळू', 'बालक पालक', 'नवरा माझा भवरा' आदी चित्रपटांतूनही त्यांनी वैविध्यपूर्ण भूमिका साकारल्या. 'एका लग्नाची दुसरी गोष्ट' या मालिकेत त्यांनी रंगविलेली 'माउली' ही व्यक्तिरेखा घराघरांत पोहोचली. 'सारेगम' व अनेक रिॲलिटी शोजमधूनही त्यांनी आपली छाप पाडली. जेव्हा जेव्हा संधी मिळाली, तेव्हा त्यांनी आपल्या गायनातील हुन्नरही प्रकट केला. अभिनेत्याबरोबरच लेखक आणि गायक म्हणूनही ते प्रसिद्ध होते. सतीश तारे यांना विविध प्रकारची वाद्यं वाजवता येत होती. 'फू बाई फू' या गाजलेल्या रिॲलिटी शोच्या चौथ्या पर्वाचे ते विजेते ठरले होते.

'सिंदबाद', 'हिमगौरी आणि सात बुटके', 'जाड्या-रड्या' अशा बालनाट्यांतून कामं करत त्यांनी बंधू सुनील यांच्यासोबत व्यावसायिक रंगभूमीवर पदार्पण केलं. वासूची सासू, टुरटुर, ऑल लाइन क्लीअर, आमचं

जमलं बरं का, गाढवाचं लग्न, शुभ बोले तो नारायण, जादू तेरी नजर, श्यामची मम्मी, बाई गं बाई, वन टू का फोर, ना त्यातले ना ह्यातले... अशा अनेक नाटकांतल्या त्यांच्या भूमिका संस्मरणीय ठरल्या. मात्र, काही वर्षांपूर्वी 'आपलं ठेवा झाकून' या नाटकाच्या निमित्ताने झालेल्या वादातून तारे यांना नाट्य निर्मात्यांच्या बहिष्काराला सामोरं जावं लागलं होतं. तरीही त्यांनी जिद्दीने स्वतःची नाट्यनिर्मिती सुरू ठेवली होती. ते केवळ कलावंतच नव्हे, तर उत्तम वादकही होते. हार्मोनियम, गिटार, तबला असं कोणतंही वाद्य ते वाजवायचे. ही

वाद्यं वाजवायला सोपी नाहीत. परंतु, सतीश ती लिलया वाजवत असत. ते चांगला लेखकही होते. त्याला सुरांचे ज्ञान होते. ते दिग्दर्शनही करीत असत. सतीश म्हणजे अद्‌भुत आणि हरहुन्नरी व्यक्तिमत्त्व. इतर कोणा कलाकारांना मी कमी लेखत नाही, परंतु सतीश यांच्यासारखा कलाकार आज आपल्या इंडस्ट्रीत नाही. सतत काम करत राहणे हा त्यांना स्थायीभाव होता. त्याला यश किती मिळालं हा पुढचा मुद्दा; पण त्याची तमा न बाळगता ते सतत काम करीत राहिले. अर्थात हे बाळकडू त्यांना त्यांच्या वडिलांकडून, जयंत तारे यांच्याकडून मिळालं.

कल्याणला नेहमी 'जादू तेरी नजर'च्या शो आधी लावणीच्या कार्यक्रमाचा शो असायचा, मग ते सुरेख पुणेकर, मेघा घाडगे, प्रियांका शेट्टी किंवा आसावरी तारे.... मग तारे सर आवर्जून बुकिंग किती झालं हे बघायला 'अत्रे' ला लवकर यायचे आणि सहसा नवीन नाटकांच्या निर्मात्यांना तिथंच

भेटायला बोलवायचे. मग 'अत्रे'च्या बॅकस्टेज एन्ट्रीच्या इथे खालीच प्रणयच्या कॅन्टीनचा चहा आणि निर्मात्याची मीटिंग याचा बेत असायचा. मग प्रशांत दामले सर आले की "चला तारे इथे कमी झोडपा, स्टेजवर गेल्यावर झोडपायचं आहेच कि" असं म्हणत निघून जात. मग तारे सर पण गप्प आणि एखाद्या आज्ञार्थी मुलासारखं मागे निघून जायचे. मग जो काही स्टेजवर धडाका मारायचे तो निराळाच. पदरची वाक्यं वापरून नाटक फुलवण्यात तारे सरांचा हात कोणीच धरू शकत नाही. कधी कधी तर ते अशी वाक्यं घ्यायचे, ज्याचा संदर्भ नुकत्याच बॅकस्टेजला घडलेल्या गोष्टींशी निगडित असे. एकदा त्यांनी भर नाटकात काहीतरी वाक्य टाकलं त्यावर दामले सर म्हणाले "अरे हो आवर स्वतःला, कितीदा सांगू मी" (यातील कितीदा सांगू मी हे त्यांचं वाक्य होतं; पण आवर स्वतःला हा तारेंना टोमणा होता); पण यात शांत बसतील ते तारे कसले? त्यांनी "अरे वाह मघाशी बहिणीने आणलेले मासे नीट खाऊ दिले नाहीत आणि आता खुशाल म्हणताय आवर घाल हा" (तारे सरांचे फॅन हे वाक्य त्यांच्याच टोनमध्ये वाचतील याची खात्री आहे) असा आईने आणलेल्या माशांवर ताव मारत असताना दामले सरांनी टोकलेल्या गोष्टीवर मारलेला पंच होता. तेव्हा केवळ स्टेजवर तारे, आस्ताद, दामले सर इतकेच हसत होते ..

एका शूटिंगच्या वेळी एका दृश्याला काही कारणास्तव दिग्दर्शक उपस्थित नव्हते, त्यामुळे तो सिन दिग्दर्शित करण्याची जबाबदारी एका नवोदित दिग्दर्शकावर आली. त्याने तो सिन वाचला; पण त्या सिनमध्ये काही नव्हतंच मुळी. ऐनवेळी घुसवलेला सिन आणि लेखकानेदेखील काहीबाही लिहून वेळ मारून नेण्यासाठी तात्काळ बनवलेला सिन होता. पहिली संधी - त्या सिनमध्ये कलाकार सतीश तारे आणि विजय कदम. इतक्यात विजय कदम सर आले. त्यांनी ऑलरेडी हा सिन वाचला होता. तेवढ्यात मेकअप करून तारे पण आले. कदम सर तारेंना इतकंच म्हणाले, "आधीच सिन पूर्ण ब्लँक, त्यात हा सिन एका नव्या माणसाला बसवायला सांगितलं आहे.. वाचा सिन आणि काय करायचं बोला." तारेंनी सिन वाचला आणि इतकंच बोलले, "हा सिन कोणत्या सिननंतर आहे आणि कोणत्या सिनआधी आहे माहिती ना तुला?" हो म्हटल्यावर "मग तू

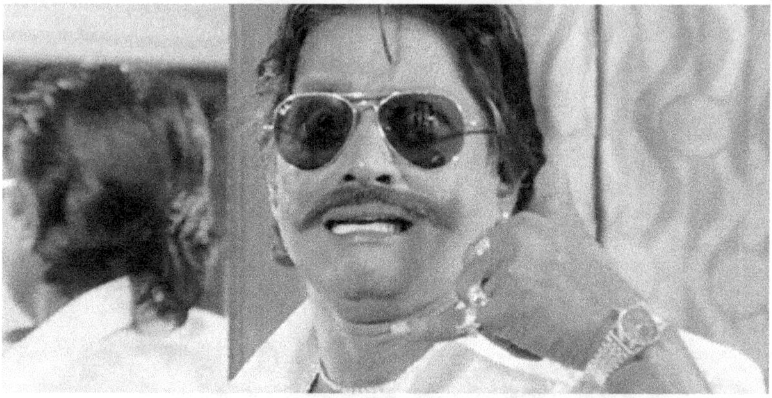

स्टार्ट आणि एन्ड कसा करायचा तो सेटअप कर, आम्ही मध्ये बॅटिंग करतो.. फक्त लक्षात ठेव, हा सिन वन टेक होईल आणि कॅमेरा एकाच ठिकाणी ठेव.. रिटेक किंवा ओस वगैरे मिळणार नाहीत." कॅमेरा सुरू झाला. इथे तारे सर आणि कदम सर यांच्यात काही बोलणं सुरु झालं.. ॲक्शन म्हणताच तारे आणि कदम सरांचं जे काही नाट्य सुरू झालं ते पाहून तिथं उभा असलेला प्रत्येक जण तोंडावर आलेलं हसू दाबत नुसतं बघत होता. पाच मिनिटं झाल्यानंतर सिनमध्येच तारेंनी कदम सरांना उद्देशून वाक्य म्हटलं "ए बाबा तू जा घरी, नाहीतर हा काय मला थांबू देणार नाही..." खरंतर हे वाक्य सिनमध्ये ही बसलं आणि त्या नवोदित दिग्दर्शकाला शुद्धीवर आणायलाही पुरेसं ठरलं आणि सिन संपला. असा जबराट प्रसंग घडला तो केवळ विजय कदम आणि तारे सरांमुळेच.

सतीश तारे सरांचा अभिनय पाहायचा असेल तर 'येड्यांची जत्रा' मधील शौचालय उद्घाटनाचा सिन सजेस्ट करतो. फक्त बघा, मग कळेल त्या सिनमध्ये इतके अभिनेते असूनदेखील पुरून उरतात फक्त तारे सर. सतीश तारे हा अवलिया कलावंत होता. अचूक शब्दमांडणी करून अशक्य त्या सर्व गोष्टी त्यांनी शक्य करून दाखवल्या. त्यांचा चाहतावर्गदेखील मोठा आहे. नाटक संपलं की, त्यांना भेटण्यासाठी लोक आतुर असायचे. अशा या हसतमुख आणि कायम विनम्र असणाऱ्या अभिनेत्याला विनम्र अभिवादन....

◆◆◆

संयमी हुशार दिग्दर्शक...

मनोरंजनाची रूढ संकल्पना बदलत सामाजिक विषयही हलक्याफुलक्या पद्धतीने मांडणारे प्रयोगशील व हुशार दिग्दर्शक म्हणजेच राजीव पाटील.....

राजीव पाटील

जन्म - २७/०३/१९७३

मृत्यू - ३०/०९/२०१३

एक दिलदार, अत्यंत हळवा; पण तरल, थोडा हट्टी, कधीही तडजोड न करणारा, कधी थोडी चिडचिड करणारा; पण सगळ्यांना सोबत घेऊन पुढे जाणारा असा हा कमालीचा हुशार दिग्दर्शक. नाशिकला प्रायोगिक रंगभूमीपासून सुरुवात करून मुंबईत केवळ स्वत:चं वेगळं स्थानच त्याने निर्माण केलं नाही, तर राष्ट्रीय पुरस्कारातून आपलं वेगळं अस्तित्वही दाखवून दिले. चौकटीबाहेरचे विषय घेऊन परिघाबाहेरच्या घटकांना आपल्या कथानकाद्वारे मुख्य प्रवाहात आणताना झालेली ओढाताण, जगण्यातील स्ट्रगल हे त्याला मिळालेल्या राष्ट्रीय पुरस्कारांतूनच दिसून आलं. या दिग्दर्शकाने मराठी रसिकांना वेगळ्या धाटणीचे विषय देऊन विचार करायला भाग पाडलं. खरी कलाकारी ओळखून जाणत्या कलाकारांच्या बरोबरीने नव्यांनाही आपल्या कलाकृतीत स्थान देऊन सगळ्यांना सोबत घेण्याचा गुण

असलेल्या या दिग्दर्शकाने अचानक 'एक्झिट' घेतली. अनेक मैल पुढे गेलेल्या या दिग्दर्शकाचा हा जीवनपट मध्यंतरातच चित्रपटाला पूर्णविराम मिळावा अन् मनाला चटका लागावा असाच राहिला. त्याने अल्पावधीत केलेल्या कामाने यशाचा कळसाध्याय गाठला. त्यांच्या जाण्याने मराठी चित्रपटसृष्टी गोठल्यासारखी झाली अन् त्यांचा अर्धवट राहिलेला काही मैलांचा प्रवास अनेकांनी अश्रूंसह गोठलेल्या शब्दांत व्यक्त केला. त्यांने आपल्या चित्रपटांतून नेहमीच प्रयोगशीलता जपली आणि आपलं पक्कं सामाजिक भानही. मग तो जोगत्यांची समस्या मांडणारा 'जोगवा' असू दे, गावपांढरीची कर्मकथा सांगणारा 'पांगिरा' असू दे, एक अनोखा प्रवास घडवणारा '७२ मैल-एक प्रवास' असू दे की, वधूवर संशोधनावर आधारित 'सनई चौघडे' असू दे. एक वास्तववादी आणि प्रयोगशील दिग्दर्शक राहिलेलं अभ्यासू व्यक्तिमत्त्व म्हणजेच राजीव पाटील....

मराठीतील अभिजात साहित्यकृती चित्रपट माध्यमाद्वारे सामाजिक प्रबोधनासाठी प्रेक्षकांसमोर मांडण्याचं कौशल्य असणारा एक संवेदनशील दिग्दर्शक म्हणून राजीव पाटील यांचं नाव चित्रपटसृष्टीने स्वीकारलं होतं. अशा या दिग्दर्शकाचा जन्म २७ मार्च १९७३ रोजी नाशिक येथे झाला. शालेय व महाविद्यालयीन शिक्षण घेतल्यानंतर राजीव यांनी अभियांत्रिकीचं शिक्षण घेतलं. याच काळात त्यांचा 'प्रयोग परिवार' या नाट्यसंस्थेशी परिचय झाला. ही संस्था नाशिकच नव्हे, तर महाराष्ट्र आणि देशाभरात होणाऱ्या महोत्सवांतून नाट्यविषयक आविष्कार सादर करत असे. या संस्थेने नाशिकमध्ये सलग तीन वर्षं समकालीन नाट्यमहोत्सव आयोजित केला होता. या संस्थेच्या माध्यमातून राजीव यांनी नाशिकमध्ये अनेक तरुण रंगकर्मींना व्यासपीठ मिळवून दिलं होतं. त्या वेळी राजीव यांनी श्याम मनोहर, दिलीप पुरुषोत्तम चित्रे आणि मनोहर शहाणे यांची अनेक नाटकं दिग्दर्शित केली होती. अभिनयापेक्षा दिग्दर्शनाचे क्षेत्र त्यांना जवळचं वाटल्यावर त्यांनी नाटकांच्या संहितांमध्ये प्रयोगशीलता आणणाऱ्या श्याम मनोहर यांची तत्कालीन प्रवाहापेक्षा वेगळी असणारी नाटकं रंगमंचावर आणली. त्यांनी दिग्दर्शित केलेली नाटकं दिल्लीच्या

महोत्सवांमध्येही दाखवली. नाटकांमध्ये जम बसत असतानाच राजीव पाटील यांनी आपली या क्षेत्रातील कारकीर्द घडवण्यासाठी मुंबईला स्थलांतर केलं. मुंबईत आल्यावर त्यांना 'बेधुंद मनाच्या लहरी', 'पिंपळपान' या दूरदर्शनवरील मालिकांच्या पटकथा-संवाद लिहिण्याचं काम मिळालं. 'बेधुंद मनाच्या लहरी' ही मालिका तरुणाईच्या चांगलीच पसंतीस उतरली. ती अर्थात त्यातल्या स्टार कास्टबरोबरीनेच संवादांमुळे. छोट्या पडद्यावर यशस्वी ठरलेल्या राजीव पाटील यांनी अमोल पालेकर आणि चंद्रकांत कुलकर्णी या आघाडीच्या दिग्दर्शकांकडे साहाय्यक दिग्दर्शक म्हणून काम केलं. परंतु राजीव पाटील यांना चित्रपटाचं दिग्दर्शन करण्याची संधी मिळाली ती 'सावरखेड - एक गाव' या चित्रपटाच्या निमित्ताने. पदार्पणातलाच चित्रपट गाजल्यावर आत्मविश्वास वाढीला लागलेल्या पाटील यांनी 'सनई चौघडे' या चित्रपटाचं दिग्दर्शन केलं. पारंपरिक विवाहसंस्थेवर भाष्य करणाऱ्या या सामाजिक चित्रपटाने प्रबोधनाबरोबरीनेच प्रेक्षकांचं मनोरंजनही केलं, हे विशेष. किंबहुना राजीव पाटील या हरहुन्नरी, तरुण दिग्दर्शकाने मनोरंजनाची रूढ संकल्पना बदलत सामाजिक विषयही हलक्याफुलक्या पद्धतीने मांडण्यास सुरुवात केली, हेच त्यांच्या यशामागचं खरं कारण होतं, असं म्हटल्यास वावगं ठरणार नाही.

राजीव पाटील यांना यशाच्या शिखरावर नेणारा महत्त्वपूर्ण चित्रपट म्हणजे 'जोगवा'. २००९ मध्ये प्रदर्शित झालेल्या या चित्रपटावर पाच राष्ट्रीय पुरस्कारांची मोहोर उमटली. अर्थात पुरस्कारांचं सारं श्रेय जातं, ते राजीव पाटील यांच्या दिग्दर्शकीय दृष्टिकोनाला. दिग्दर्शकीय दृष्टिकोनातूनच त्यांनी राजन गवस यांच्या 'भंडारभोग' आणि उत्तम बंडू तुपे यांच्या 'झुलवा' या देवदासी प्रथेवर भाष्य करणाऱ्या कादंबऱ्या चित्रपटासाठी निवडल्या. देवाच्या नावाने सोडलेल्या स्त्री-पुरुषांची मानसिक कुचंबणा, सामाजिक अवहेलना दाखवताना त्यांनी कलाकार निवडीचं तारतम्यही बाळगलं. म्हणूनच मुक्ता बर्वे आणि उपेंद्र लिमये या कलाकारांनी या चित्रपटातील कथानकाला खऱ्या अर्थाने न्याय दिला. कथानकाची निवड, कलाकारांची निवड आणि त्याहीपेक्षा आजही समाजात अशा अंधश्रद्धा प्रसूत करणाऱ्या परंपरा टिकून आहेत; इतकंच नाही,

तर त्या जोपासण्यासाठी एक विशिष्ट वर्ग दक्ष आहे, याचं भान या चित्रपटाने व्यक्त केलेलं दिसतं. म्हणूनच या चित्रपटाची दखल समीक्षकांना आवर्जून घ्यावी लागली आणि सर्वार्थाने रंगलेला हा चित्रपट राष्ट्रीय पुरस्काराचा मानकरी ठरला, हे विसरता येत नाही. सन २०१० मध्ये आलेल्या विश्वास पाटीललिखित 'पांगिरा' या चित्रपटाने सामान्य शेतकऱ्यांच्या दाहक जीवनाचं चित्र रेखाटलं आहे. आजच्या युगात ग्रामीण मूल्यं बदलताना दिसत आहेत. ग्रामीण अर्थकारण आणि राजकारण यात बदल होत आहे. परंतु, सर्वसामान्य शेतकऱ्याला ग्रामीण अर्थकारणाचा उपयोग होत नाही. समाजव्यवस्थेतला हा विरोधाभास, सामान्य माणसाचं दुष्टचक्र 'पांगिरा'च्या निमित्ताने राजीव पाटील मांडून जातात. यातूनच दिग्दर्शक या नात्याने समाजव्यवस्थेकडे पाहण्याची त्यांची संवेदनशील दृष्टी अधोरेखित होते. 'पांगिरा' या चित्रपटाच्या यशानंतर पाटील वळले, ते गावकुसाबाहेरच्या समाजाकडे. म्हणूनच अशोक व्हटकर यांच्या '७२ मैल - एक प्रवास' या आत्मकथनाचं चित्र प्रेक्षकांना देण्याचा विचार त्यांनी केला. वसतिगृहातून पळून आलेल्या मुलाचा एका अनोळखी स्त्रीबरोबरचा ७२ मैलांचा प्रवास, त्या प्रवासात आलेल्या अडचणी व त्यावर मात करण्यासाठी चाललेली केविलवाणी धडपड... स्वत:वर ओढवलेल्या प्रसंगातून अल्पवयीन मुलाचं प्रगल्भ होत जाणे, याचं हृदयद्रावक व प्रत्ययकारी चित्रण या चित्रपटात केलं आहे. सामाजिक चित्रपट देणाऱ्या व प्रेक्षकांना विचारप्रवृत्त करणाऱ्या या दिग्दर्शकाचं आणखी एक वैशिष्ट्य दडलेलं आहे ते कलाकार निवडीत. चित्रपट चालण्यासाठी नावाजलेल्या कलाकारांना घेऊन चित्रपट करण्याची प्रथा असूनही पाटील यांनी नेहमीच नव्या चेहऱ्यांना प्राधान्य दिलं. अर्थात या नव्या चेहऱ्यांनीही त्यांचा अपेक्षाभंग न करता सतत आपल्या अभिनयातून चित्रपटांना लोकप्रियता मिळवून दिली, यातही तथ्य आहे. सामाजिक आशय संप्रेषित करणारी कथानकं, त्यासाठी आवश्यक असणारी दिग्दर्शीय सूत्रं व त्याबरहुकूम काम करत यश मिळवण्यापेक्षा सामाजिक प्रबोधन करण्याची आकांक्षा या जोरावरच राजीव पाटील अल्पावधीतच मराठी चित्रपटसृष्टीत लोकप्रिय झाले.

राजीव पाटील

राजीव पाटील हा एक चित्रपटकर्मी, चित्रपट क्षेत्रातील अनेक गुणी कलावंतांना साथ देणारा सहकारी म्हणून ग्रेट होताच; पण त्याहीपेक्षा त्याच्या संवेदनशील मनाने कित्येकांच्या काळजात घर केलं होतं. 'सावरखेड एक गाव' या चित्रपटापासून राजीव पाटील यांनी दिग्दर्शनाचा श्रीगणेशा केला असला, तरी त्याहीआधी नाट्यचळवळीशी जोडल्या गेलेल्या त्यांच्या नाटकांची यादी वाचली, तरी हा वेगळ्या वाटेवरचा दिग्दर्शक असल्याचं सहज लक्षात येतं. सामान्यांच्या सामान्य गोष्टी चित्रपटातून ते इतक्या आपुलकीने मांडायचे की, ती गोष्टच असामान्य होऊन जायची. त्याचं उत्तम उदाहरण म्हणून 'जोगवा'कडे पाहता येईल. जोगवा मागत आयुष्य व्यतीत करणाऱ्या जोगत्याची आणि जोगतिणीची ही गोष्ट. पडद्यावर अशा गोष्टी पाहताना ते वास्तव आक्रस्ताळेपणाने अंगावर येण्याचाच अनुभव प्रेक्षकांच्या गाठीस बांधला गेलेला असतो. पण, 'जोगवा'मधला तायप्पा, सुली इतक्या अलवारपणे आपल्या मनात शिरतात की, त्यांचं प्रेम, त्यांचं दु:ख आपलंही होऊन जातं, हे दिग्दर्शक म्हणून राजीव पाटील यांचं मोठं यश होतं. दु:खही एवढं सजवून दाखवूया की ते पाहणाऱ्याच्या काळजाचा ठाव घेईल, हा त्यांचा आग्रह होता आणि तो आपल्या प्रत्येक चित्रपटातून पूर्णपणे उतरेल, याची काळजीही त्यांनी घेतली होती. मराठीतील नव्या, सकस कादंबऱ्यांना त्यांनी आपल्या चित्रपटांतून रुपेरी पडद्यापर्यंत आणताना त्यातलं नेमकं काय प्रेक्षकांपर्यंत पोहोचवायचं आहे, याबद्दल राजीव पाटील यांचा स्वत:चा एक विचार असायचा; आणि काहीही झालं तरी प्रेक्षकांना बरं वाटावं म्हणून चित्रपटाच्या कथेत तडजोड करणे, शेवट शोकान्त असू नये यासारखे ठोकताळे स्वीकारणे राजीव यांना मान्य नव्हतं. एक दिग्दर्शक म्हणून सामाजिक आशयांवरचे चित्रपट देण्याचा निर्धार त्यांनी केला होता; पण असे विषय मांडताना ते प्रेक्षकांपर्यंत परिणामकारकतेने पोहोचवण्यासाठी स्वत:चा एक अभ्यास असावा लागतो. एखाद्या ओळीत मांडलेली कथा असेल तर त्यातूनही दिग्दर्शक म्हणून त्यांना काय हवं आहे याचं नेमकं उत्तर त्यांच्या मनात तयार होत होतं आणि त्यासाठी त्यांचं प्रचंड वाचन, अभ्यास, निरीक्षण त्यांना उपयोगी पडलं. 'वंशवेल' हा त्यांचा

शेवटचा चित्रपट ठरला. एकूणच चित्रपटसृष्टीच्या, प्रेक्षकांच्या त्यांच्याकडून अपेक्षा वाढत असतानाच वयाच्या अवघ्या ४१ व्या वर्षी हृदयविकाराच्या झटक्याने मुंबई येथे त्यांचं निधन झालं आणि चित्रपटसृष्टीला, चित्रपट रसिकांना एक 'मौल्य'वान व 'मूल्य'वान दिग्दर्शक हरपण्याचं दुःख पचवावं लागलं. वेगळ्या धाटणीच्या आणखी काही चित्रपटांचं काम करत असतानाच हा दिग्दर्शक काळाच्या पडद्याआड जावा, ही गोष्ट मराठी चित्रपटसृष्टीसाठी खरंच दुर्दैवी ठरावी. त्यांच्या आत्तापर्यंतच्या कारकीर्दीला मनापासून सलाम....

◆◆◆

परिचय

आशिष अशोक निनगुरकर

९०२२८ ७९९०४

ashishningurkar@gmail.com

शिक्षण

- **प्राथमिक व माध्यमिक**
  महेश मुनोत विद्यालय, वांबोरी [ता. राहुरी, जिल्हा - अहमदनगर]
- **अकरावी व बारावी [सायन्स विभाग]**
  विद्यामंदिर प्रशाला, राहुरी. [ता. राहुरी, जिल्हा - अहमदनगर]
- **पदवी शिक्षण** - पेमराज सारडा कॉलेज, अहमदनगर
- **एम.ए. [मराठी]** - मास्टर इन जर्नालिझम [मुंबई]

प्रकाशित लेखन

- सकाळ समूहाच्या च्या 'युवा सकाळ' पुरवणीत २००५ सालच्या अंकात पहिला सामाजिक लेख प्रसिद्ध.
- लोकमतच्या 'मैत्र'मधील लेखाने विशेष ओळख.
- पाक्षिके, मासिके व दिवाळी अंकांत विशेष लेखन [लेख व कविता]

सकाळ, लोकमत, लोकसत्ता, दिव्य मराठी, पुढारी इत्यादी वृत्तपत्रांमध्ये विविध प्रकारचे लेखन. 'दैनिक केसरी' वृत्तपत्रात जानेवारी २०१० ते डिसेंबर २०११ या कालावधीत 'कॉलेज कट्टा' सदर लेखन, २०१० च्या दिवाळीला ११११ पत्रांद्वारे कविता शुभेच्छा पाठविण्याचा विक्रम, दैनिक मुंबई तरुण भारत पेपरमध्ये 'व्यक्तिविशेष' सदराखाली ४५ दिग्गज कलावंतांवर लेखन, दैनिक सकाळ अहमदनगर आवृत्तीमध्ये वर्षभर कवितेचे लेखन, 'माणुसकी' या सामाजिक संस्थेद्वारे अनेक सामाजिक प्रबोधनात्मक उपक्रम.

इतर लेखन

- 'प्रीमियर' तसेच 'तारांगण' या फिल्मी मासिकांत अनेक दिग्गज कलावंतांच्या मुलाखतींचे लेखन.
- 'नवरंग रुपेरी' या फिल्मी दिवाळी अंकात दिग्गज कलावंतांवर महत्त्वपूर्व लेखन.
- अभिनेते सुनील बर्वे यांच्या 'हर्बेरियम' पुस्तकासाठी लेखन साहाय्य.
- २०२१ च्या एकूण ५२ दिवाळी अंकांसाठी कथा, कविता व लेख आदींचे महत्त्वपूर्ण लेखन...

पुस्तके

- मराठी चित्रपटसृष्टीतील २० कलाकारांच्या आयुष्यावर **'स्ट्रगलर'** पुस्तक प्रकाशित.
- **'हरवलेल्या नात्यांचं गाव'** हा कवितासंग्रह प्रकाशित.
- **'न भेटलेली तू'** हा कवितासंग्रह प्रकाशित.
- **'कुलूपबंद'** हा कवितासंग्रह प्रकाशित.

लघुपट

- **दृष्टिकोन, दहा मिनिटे, थँक यू, शॉर्टकट, रोपटं व घुसमट** आदी लघुपटांचे लेखन, निर्मिती व अभिनय. या लघुपटांना विविध फेस्टिव्हलमध्ये गौरविण्यात आले आहे. तसेच, '१० मिनिटे' या लघुपटाचे 'साम मराठी' या चॅनेलवर विशेष प्रसारण.

इतर विशेष

- 'विजय असो', 'कमळी' व 'ट्राफिक जाम' सिनेमांत गीतलेखन.
- 'नाइट स्कूल' व 'कमळी' चित्रपटांत अभिनय.
- आतापर्यंत धर्मकन्या, भाग्यलक्ष्मी, लक्ष्य व उंच माझा झोका मालिकांमध्ये भूमिका.
- न्यू टॅलेंट सर्च मूव्हीज निर्मिती संस्थेद्वारे 'रायरंद' चित्रपटाची निर्मिती व कथालेखन, गीतलेखन व अभिनय.

- व्ही.पी. वर्ल्ड मूव्हीज निर्मित 'एक होतं पाणी' (वांबोरी येथे चित्रीकरण) या चित्रपटाचे कथालेखन, गीतलेखन व अभिनय
- कर्करोगावर जनजागृती करणाऱ्या 'आरसा' या लघुपटाचे लेखन व निर्मिती....
- आदिवासी पाड्यांवर राहणाऱ्या लोकांच्या जीवनावर 'वर्तुळ' माहितीपट प्रदर्शित...
- कर्करोगावर जनजागृतीसाठी बनवलेल्या 'कॉमा' या माहितीपटाची निर्मिती- लेखन व दिग्दर्शन... मा. राज्यपालांच्या हस्ते प्रकाशित (२९ जानेवारी २०२०)
- लॉकडाउनच्या काळात वांबोरी येथील घरी राहून काव्या ड्रीम मूव्हीज या निर्मितीसंस्थेद्वारे कोरोनाविषयक सामाजिक लघुपट निर्मिती...
- 'नियम' व 'कुलूपबंद' या दोन लघुपटांचे लेखन- दिग्दर्शन...
- काही कलाकारांना घेऊन 'सलाम तुम्हाला' या काव्यपटाचा निर्मिती व दिग्दर्शन...
- कॅनडाच्या टोरंटोमध्ये फेडरी रिगण यांच्या 'वर्ल्ड ग्लोब' या संस्थेने आशिष निनगुरकर दिग्दर्शित कोरोनाविषयक सामाजिक लघुपटांचा गौरव केला व चर्चासत्राचे आयोजन...

कला पुरस्कार

- कॅनडा इंटरनॅशनल फिल्म फेस्टिव्हल, नेदरलँड फिल्म फेस्टिव्हल, ढाका इंटरनॅशनल फिल्म फेस्टिव्हल, एशियन फिल्म फेस्टिव्हल, साउथ आशिया आंतरराष्ट्रीय चित्रपट महोत्सवात तसेच शिरूर शॉर्टफिल्म फेस्टिव्हल, अहमदनगर फिल्म फेस्टिव्हल, मेयर मेडी फिल्म फेस्टिव्हल, सिगर फिल्म फेस्टिव्हल, प्रतिबिंब फिल्म फेस्टिव्हल, कोलकत्ता फिल्म फेस्टिव्हल व लेकसिटी इंटरनॅशनल फिल्म फेस्टिव्हलमध्ये; तर माहितीपट - देवगड फिल्म फेस्टिव्हल, पुणे फिल्म फेस्टिव्हल, लिफ्ट फिल्म फेस्टिव्हल, कोल्हापूर फिल्म

फेस्टिव्हल व शिकागो फिल्म फेस्टिव्हल आदी महोत्सवांत प्रदर्शित झाले आहेत तसेच त्यांना जागतिक स्तरावर अनेक पुरस्कारदेखील मिळाले आहेत.

- **चित्रपट लेखनाच्या पुरस्कारांत** - सर्वोत्कृष्ट कथालेखक - म्हैसूर फिल्म फेस्टिव्हल, सर्वोत्कृष्ट गीतकार - दादासाहेब फाळके फिल्म फेस्टिव्हल, सिगर फिल्म फेस्टिव्हल-बेस्ट रायटर, सर्वोत्कृष्ट लेखक - इंडियन फिल्म फेस्टिव्हल- हैदराबाद, नोएडा फिल्म फेस्टिव्हल, लेकसिटी सर्वोत्तम लेखक पुरस्कार व अंबरनाथ फिल्म फेस्टिव्हल आदी महोत्सवात कथालेखक, गीतकार असे अनेक पुरस्कार

साहित्य पुरस्कार

गुणिजन साहित्य पुरस्कार, नवोदित साहित्यिक पुरस्कार, युवागौरव पुरस्कार, युवा साहित्यरत्न काव्य पुरस्कार, राष्ट्रगौरव पुरस्कार, नवोदित काव्य पुरस्कार, काव्यसंगम पुरस्कार, युवासाहित्य गौरव पुरस्कार, डॉ. बाबासाहेब आंबेडकर साहित्यभूषण पुरस्कार व काव्यगौरव पुरस्कार आदी

◆◆◆

www.ingramcontent.com/pod-product-compliance
Lightning Source LLC
LaVergne TN
LVHW050857051026
849532LV00006BA/2283
* 9 7 8 9 3 9 5 1 3 9 1 6 8 *